முத்தொள்ளாயிரம்

(எளிய தமிழில்)

முத்தொள்ளாயிரம்

(எளிய தமிழில்)

உரை: என். சொக்கன்

ZDP
SPECIFICS

Title : Muththollayiram
Author's Name : N Chokkan

Published by ZDP Specifics

SPECIFICS

ZDP Specifics
(An imprint of Zero Degree Publishing)
No.75 & 76, Ist Floor, Kuppusamy Street,
Balaji Nagar,
Padi,
Chennai - 600050

Website: www.zerodegreepublishing.com
E Mail id: zerodegreepublishing@gmail.com
Phone: 89250 61999

ZDP Specifics First Edition : April 2025

ISBN :978-93-48439-62-8

TITLE NO ZDPS :110

Rs. 310/-

Layout : G.Selva kumar
Cover Design : Vijayan, Creative Studio
Printed at Manipal Technologies, India.

பொருளடக்கம்

பகுதி 1 : சேரன்

பகுதி 2 : சோழன்

பகுதி 3 : பாண்டியன்

பகுதி 1 : சேரன்

1. வானத்தைப்போல

வானத்தைத் தொடுவதுபோல் உயர்ந்து நிற்கிறது கொல்லிமலை. அதன் தலைவனாகிய 'கோதை' என்ற சேர மன்னனின் புகழ் சொல்லும் பாடல் இது.

நம் இந்திய நாடு ஆங்கிலேயரிடம் அடிமைப்பட்டிருந்த காலத்தில் நம்மைப்போலவே இன்னும் பல நாடுகள் இங்கிலாந்தின் ஆதிக்கத்தில் இருந்தன. அப்போது, உலகின் பல பகுதிகளிலும் இப்படி ஆங்கிலேய அரசாங்கம் நடந்துகொண்டிருந்ததால், அதைப்பற்றிச் சொல்லும்போது 'ஆங்கிலப் பேரரசில் சூரியன் எப்போதும் மறையாது!' என்று சொல்வதுண்டு.

இதன் பொருள், இங்கே இந்த ஊரில் சூரியன் மறைந்தாலும்கூட, ஆங்கிலேயர் அரசாட்சி செய்யும் வேறொரு நாட்டில் இப்போது பகலாக இருக்கும். அங்கே சூரியன் மறைந்து இரவு வரும்போது இன்னொரு நாட்டில் பகலாக இருக்கும். இப்படியாக, ஆங்கிலேயர்களின் ஆட்சியில் எந்நேரமும் பகல்தான், அவர்களின் பேரரசில் சூரியன் எப்போதும் மறைவதில்லை என்று பெருமையாகச் சொல்வார்கள்.

இந்தப் பாடலும் அதுபோன்ற ஒரு பாராட்டு உத்தியைத்தான் கையாள்கிறது. சூரியனுக்குப் பதிலாக இங்கே வானம், எங்கும் பரந்து விரிந்திருக்கும் வானத்தைப்போல, பூவுலகில் எங்கேயும் சேரனின் ஆட்சி.

அதாவது, சேர மன்னன் ஆட்சி செய்யும் நிலப் பகுதி மிகப் பெரியதாகப் பரந்து விரிந்திருக்கிறது. எந்தத் திசையில் பார்த்தாலும் சேரனின் ஆட்சிதான் என்று சொல்லும்படி அவன் எல்லா நிலங்களையும் ஆக்கிரமித்திருப்பதால், அவன் ஆட்சி செய்யும் இந்த மண்ணுலகம் விண்ணுலகத்துக்கு இணையானதாக, வானத்தைப்போல் எங்கும் இருப்பதாக விளங்குகிறது.

அந்தச் சேர மன்னன், வானத்தில் உலா வரும் முழு நிலவைப் போன்றவன்.

நூற்றுக்கணக்கான, ஆயிரக்கணக்கான சிற்றரசர்கள் சேரனுக்குப் பணிந்து கப்பம் செலுத்துகிறார்கள். அவர்களெல்லாம் அந்த வானத்தில் மின்னும் சிறு விண்மீன்களைப் போன்றவர்கள். அதாவது, சேரனுக்கு அடிபணிந்த மற்ற அரசர்களை எண்ணிக் கணக்கிடுவது வானத்து விண்மீன்களை எண்ணுவதுபோல வீ(வி)ண் வேலை.

விண்மீன்களுக்கு நடுவில் புகழ் வெளிச்சத்துடன் மிளிரும் அழகு நிலாவைப்போலக் கொல்லி மலையின் சேர மன்னன் அழகாகத் திகழ்கிறான்.

வானிற்கு வையகம் ஒத்ததே வானத்து

மீனிற்கு அனையார் மற மன்னர் வானத்து

மீன்சேர் மதி அனையன் விண்ணுயர் கொல்லியர்

கோன் சேரன் கோதை என்பான்.

(அனையார் => ஒப்பானவர்கள்

கோன் => அரசன்)

2. ஒரு வேல், இரண்டு முகம்

சென்ற பாடலில் சேரனின் ஆட்சிச் சிறப்பைப் பார்த்தோம். இந்தப் பாடல் சேரன் கோதையின் வேலைப்பற்றிச் சொல்கிறது.

பொதுவாக மனிதர்களில் நல்லவர்கள் இருப்பார்கள், கெட்டவர்கள் இருப்பார்கள். அவ்வப்போது, நல்லவர்களிடம் சில கெட்ட குணங்களும், கெட்டவர்களிடம் சில நல்ல குணங்களும் காணப்படுவதுண்டு.

ஆனால், அப்படிப் பார்த்தால் நல்லவன், இப்படிப் பார்த்தால் கெட்டவன் என்பதுபோல் யாராவது உண்டா?

இந்தச் சேரனின் போர் வேல் அப்படியொரு சிறப்பைக் கொண்டிருக்கிறது.

ஏனெனில், அந்த வேலின் ஒரு பக்கத்தில் மலர்க் கொத்து சூட்டப்பட்டிருக்கிறது. மறுபக்கத்திலிருக்கும் கூர்மையான முனை பல பகை மன்னர்களைக் கொன்று அவர்களின் இறைச்சியைப் பூசிக்கொண்டிருக்கிறது.

அதனால், அந்த வேலின் ஒரு பக்கத்தை வண்டுகள் மொய்க்கின்றன, அங்கிருக்கும் மலர்களிலிருந்து தேன் குடித்துக் கூத்தாடுகின்றன.

அதே வேலின் இன்னொரு பக்கத்தில் நரிகள் முற்றுகையிடுகின்றன, அங்கு ஒட்டியிருக்கும் இறைச்சித் துணுக்குகளைச் சுவைத்து மகிழ்கின்றன.

இப்படியாக, அரும்புகள் மலரும் மாலை அணிந்த சேரன் கோதையின் ஒளி பொருந்திய வேல் இரண்டு வேறுபட்ட முகங்களைக் காட்டுகிறது.

அரும்பு அவிழ் தார்க் கோதை அரசு எறிந்த ஒள் வேல்

பெரு புலவும், செஞ்சாந்தும் நாறிச் சுரும்பொடு

வண்டு ஆடு பக்கமும் உண்டு; குறு நரி

கொண்டாடு பக்கமும் உண்டு.

(அவிழ் => மலரும்

தார் => மாலை

ஒள் வேல் => ஒளி மிகுந்த வேல்

சாந்து => சந்தனம்

புலவு => இறைச்சி

சுரும்பு => வண்டு)

3. தீப்பிடித்த தண்ணீர்

இந்தப் பாடலில் ஓர் அழகான அதிகாலைக் காட்சி.

காலைச் சூரியன் உதிக்கும்போது வானம் சிவந்து காணப்படுகிறது. சேற்று வயலில் வளர்ந்த ஆம்பல் மலர்கள் அந்தச் சூரியனின் முகம் பார்த்து மலர்கின்றன, அவையும் சிவப்பு நிறம்தான்.

போதாக்குறைக்கு, இத்தனை சிவப்பும் தண்ணீர்ப் பரப்பில் பட்டு எதிரொளிப்பதால், எங்கு பார்த்தாலும் ஒரே சிவப்புமயம்!

தங்களின் கூட்டில் தூங்கிக்கொண்டிருந்த பறவைகளும் அவற்றின் சிறு குஞ்சுகளும் வெளியில் எட்டிப்பார்க்கின்றன, தண்ணீர்ப் பரப்பில் தகதகவென்று மின்னும் சிவப்பு வண்ணத்தைக் காண்கின்றன.

'அடடா, தண்ணீரில் தீப்பிடித்துக்கொண்டுவிட்டதே!' என்று குஞ்சுகள் அஞ்சி அலற, தாய்ப் பறவைகள் அவற்றைச் சிறகால் அணைத்து அவற்றின் அச்சத்தைத் தணிக்கின்றன.

அதாவது, நீர்ப்பரப்பின் மேல் படர்ந்திருக்கிற அடர் சிவப்பு நிறத்தைக் கண்டு, காட்டில் தீப்பிடித்துக்கொண்டு அந்தத் தீ தண்ணீரில் பிரதிபலிக்கிறதா, அல்லது தண்ணீர்ப் பரப்பிலேயே நெருப்புப் பற்றிக்கொண்டுவிட்டதா என்று அந்தப் பறவைகள் அஞ்சுவதாக வர்ணிக்கிறார் கவிஞர்.

நஞ்சுபோல் (எதிரிகளின்) உயிரைப் பறிக்கக்கூடிய, இலை வடிவமான நுனியைக் கொண்ட வேலை ஏந்தியிருக்கும்

சேரன் கோதையின் நாடு இப்படிப்பட்ட அழகிய காட்சிகளை உடையது.

பறவைகள் இப்படி அஞ்சிப் புலம்புவதுதவிர, சேரனின் நாட்டில் வேறு அச்சம் ஏதும் இல்லை, எல்லாரும் அமைதியாக, மகிழ்ச்சியாக வாழ்ந்துவந்தார்கள் என்பது இப்பாடலின் உட்கருத்து.

அள்ளல் பழனத்து அரக்கு ஆம்பல் வாய் அவிழ

வெள்ளம் தீப்பட்டது என வெரீஇப் புள் இனம் தம்

கைச்சிறகால் பார்ப்பு ஒடுக்கும் கவ்வை உடைத்தரோ,

நச்சு இலை வேல் கைக் கோதை நாடு.

(அள்ளல் => சேறு

பழனம் => வயல்

வாய் அவிழ => மலர

வெரீஇ => அஞ்சி

புள் => பறவை

பார்ப்பு => குஞ்சு

கவ்வை => ஆரவார ஒலி)

4. நுரையும் சேறும்

இந்தப் பாடலில் சேர நாட்டின் வளம் ஓர் அழகிய காட்சியின் மூலம் விளக்கப்படுகிறது.

செல்வம் பொங்கும் நாட்டில்தான் கள் அருந்துபவர்கள் மிகுதியாக இருப்பார்கள் எனச் சொல்வதுண்டு. அதிலும் குறிப்பாக, அறுவடைக் காலம், போரில் வெற்றி கண்ட காலம் ஆகிய நேரங்களில்தான் மகிழ்ச்சி வெள்ளம் தெருக்களில் கள்ளாகப் பெருக்கெடுத்து ஓடும்!

எல்லா வளங்களும் செல்வங்களும் நிறைந்த சேரனின் நாட்டில் அவனுடைய நல்லாட்சியால் யாருக்கும் எந்தக் குறையும் இல்லை. அதனால், அந்நிலத்து மக்கள் பலரும் தங்களின் ஓய்வு நேரங்களைப் போதை தரும் பானங்களை அருந்தி மகிழ்ச்சியாகக் கழி(ளி)த்தார்கள் என்கிற இந்தக் காட்சிதான் இந்தப் பாடலில் சற்று நுணுக்கமாகக் காண்பிக்கப்படுகிறது.

நம் வீடுகளில் ஃபில்டர் காஃபியை நன்றாக ஆற்றித் தரும்போது, அந்தக் கோப்பையின் நுனியில் கொஞ்சம் நுரை பொங்கியிருக்கும். அதுபோல, கள்ளை ஊற்றிய கோப்பையின் நுனியிலும் இயல்பாகவே நுரை படிந்திருக்கும். கள் அருந்துபவர்கள் அந்த நுரையை வழித்துக் கீழே போட்டுவிட்டு மொடமொடவென்று குடிப்பார்கள்.

சேரனின் நாட்டில் இப்படிப்பட்ட பெருங்குடியர்கள் வழித்தெறிந்த நுரை தெருவெங்கும் படிந்திருக்கிறது. அரசனின் யானைகள்

அந்த வழியில் நடக்கும்போது அவற்றை மிதிக்க, வீதியெல்லாம் சொதசொதத்துச் சேறாகிவிடுகிறது.

'சும்மா' வழித்தெறிந்த நுரையை மிதித்துத் தெருவில் சேறு உண்டாகிறது என்றால், சேர நாட்டவர்கள் எவ்வளவு குடித்திருப்பார்கள் என்று நீங்கள் கணக்கிட்டுக்கொள்ளலாம்.

களிகள் களிகட்கு நீட்டத் தம் கையால்

களிகள் விதிர்த்திட்ட வெம் கள் துளி கலந்து

ஓங்கு எழில் யானை மிதிப்பச் சேறு ஆயிற்றே

பூம்புனல் வஞ்சி அகம்.

(களிகள் => கள் அருந்துபவர்கள்

விதிர்த்திட்ட => வழித்து எறிந்த

வெம் கள் => விருப்பத்துக்குரிய கள்

மிதிப்ப => மிதிக்க)

5. வானவில் சின்னம்

சிறப்பான இந்தப் பாடலில் இயற்கை நிகழ்வான 'வானவில்'லைச் சேரனின் புகழ்பாடும்படி அழகாகப் பயன்படுத்தியிருக்கிறார் கவிஞர்.

சேரனின் ஆட்சி எல்லாப் பக்கங்களிலும் பரவியிருந்ததால் பக்கத்து நாட்டு அரசர்களெல்லாம் சேரனை வணங்கி, அவனுக்குக் கட்டுப்பட்டு, கப்பம் செலுத்தித் தங்கள் பதவியைக் காப்பாற்றிக்கொண்டார்கள்.

இத்தனைக்கும் இவர்களெல்லாம் உப்புமா அரசர்கள் இல்லை. யானைப்படை, குதிரைப்படை, தேர்ப்படை, காலாட்படை என்று எல்லாவிதமான வலிமைகளும் பொருந்திய மன்னர்கள்தான். ஆனாலும், சேரனின் பெயரைக் கேட்டாலே அவர்கள் நடுநடுங்குகிறார்கள், அவன் முன்னால் கும்பிட்டு வணங்கி அவனுக்கு அடிமையாகிவிடுகிறார்கள்.

'நாங்களும் எங்கள் நாடும் சேரனுக்கு அடிமை' என்று அவர்கள் வெறுமனே சொன்னால் போதுமா?

போதாது. அவர்கள் தங்களின் கோட்டைச் சுவர்களிலெல்லாம் சேரனின் 'வில்' சின்னத்தைப் பெரிதாகப் பதித்துவைக்கவேண்டும். தொலைவிலிருந்து பார்க்கிறவர்களுக்குக்கூட இந்தப் பகுதி சேரனின் ஆளுகைக்குட்பட்டது என்று தெளிவாகத் தெரியும்படி 'பளிச்'சென்று வில்லை வரைந்துவைப்பது ஒரு கட்டாயத் தேவை.

அப்போதுதான் அந்த (வேற்று நாட்டு) அரசர்களின் வாழ்க்கைக்கு உத்திரவாதம் கிடைக்கும்.

இவ்வளவு ஏன், எப்போதும் வாடாத மலர் மாலைகளை அணிந்த தேவர்கள்கூட எங்கள் சேரனின் ஆட்சிக்குக் கட்டுப்பட்டவர்கள்தான். சேரன் மனம் குளிர்ந்திருந்தால்தான் தாங்கள் எப்போதும்போல் வாழமுடியும் என்று அவர்களுக்குக்கூட தெரிந்திருக்கிறது.

என்ன? நம்பமுடியவில்லையா? உங்களுக்கு ஐயம் இருந்தால், கொஞ்சம் மேலே நிமிர்ந்து பாருங்கள். வானகத்துத் தேவர்கள் எங்கள் சேரனின் தலைமையை ஏற்றுக்கொண்டு, அதற்கு அடையாளமாக வானத்தில் அவனுடைய 'வில்' சின்னத்தை மிகப் பெரிதாகச் செய்துவைத்திருக்கிறார்கள்.

பல் யானை மன்னீர் படு திறை தந்து உய்ம்மின்

மல்லல் நெடு மதில் வாங்கு வில் பூட்டுமின்

வள்ளிதழ் வாடாத வானோரும் வானவன்

வில் எழுதி வாழ்வார் விசும்பு.

(மன்னீர் => அரசர்களே

திறை => வரி / கப்பம்

உய்ம்மின் => பிழைத்துக்கொள்ளுங்கள்

மல்லல் => வலிமையான

வாங்கு => வளைந்த

பூட்டுமின் => பொறியுங்கள்

விசும்பு => வானம்)

6. நிலாக்குடை

சேரனின் போர்க்களம்.

நாள்முழுதும் போர் செய்து களைத்த வீரர்கள் பாசறையில் ஓய்வெடுக்கிறார்கள். காயம் பட்டவர்களுக்குச் சிகிச்சைகள் நடக்கின்றன, இறந்தவர்கள் உரிய மரியாதையுடன் அடக்கம் செய்யப்படுகிறார்கள்.

அந்தப் போர்க்களத்தின் ஓர் ஓரத்தில், சேரனின் போர் யானை ஒன்று வானத்தைப் பார்த்துப் பிளிறிக்கொண்டிருக்கிறது.

போரில் கடுமையாகக் காயம் பட்ட யானைகள் வலி தாங்காமல் வானத்தை நோக்கித் துதிக்கையை உயர்த்திக் கத்துவதுண்டு. அந்த ஆர்ப்பாட்டக் கூச்சலால் அவற்றின் வேதனை கொஞ்சம் குறைகிறதோ என்னவோ!

இயல்பான இந்த நிகழ்ச்சியைப் பார்க்கிறார் முத்தொள்ளாயிரப் புலவர். அவருக்குள் கற்பனை புரண்டோடுகிறது, 'சேரனின் யானை ஏன் வானத்தைப் பார்த்துப் பிளிறுகிறது?' என்று கேள்வி கேட்டு அவரே ஒரு புதிய விளக்கமும் கொடுக்கிறார்.

இந்த யானை, பகல்முழுதும் கடுமையான போரில் ஈடுபட்டது, சேரனை எதிர்த்து வந்த அயல் நாட்டு அரசர்களையெல்லாம் தாக்கி அவர்களுடைய வெண்கொற்றக் குடைகளைப் பிய்த்து எறிந்தது.

இப்படி நாள்முழுதும் வெண்கொற்றக் குடைகளைச் சிதைத்துக் கொண்டிருந்த யானைக்குத் திடீர் ஏமாற்றம், மாலைப் பொழுது வந்ததால் போரை நிறுத்திவிட்டார்கள்.

ஆனால், அந்த யானையின் வேகமும், போர் வெறியும் இன்னும் அடங்கவில்லை. அதனால், யாரையாவது அடித்துத் துவைக்கமாட்டோமா என்று நான்கு திசைகளிலும் தேடிக்கொண்டிருக்கிறது அது.

அப்போதுதான், வானத்தில் இருக்கிற நிலாவைப் பார்க்கிறது அந்த யானை. அந்த வெள்ளை நிலா முத்து மாலைகள் அணிந்த ஒரு வெண்கொற்றக் குடையைப்போல அதன் பார்வையில் தெரிகிறது. சேரனுக்கு எதிரியாக யாரோ ஓர் அரசன் வானத்தின் வழியாகப் போரிட வருகிறான் என்று நினைத்துக்கொண்டு அவனுடைய வெண்கொற்றக் குடையை(நிலாவை)ப் பறித்து எறிவதற்காக வானத்தை நோக்கித் துதிக்கை உயர்த்துகிறது, ஆவேசமாகக் கத்துகிறது.

வீறுசால் மன்னர் விரி தாம வெண்குடையைப்

பாற எறிந்த பரிசயத்தால் தேறாது

செங்கண் மாக் கோதை சின வெம் களி யானை

திங்கள்மேல் நீட்டும் தன் கை.

(வீறுசால் => சிறப்பான

தாமம் => மாலை

பாற => சிதற

பரிசயத்தால் => பழக்கத்தால் (பரிச்சயம்)

வெம் களி யானை => மதம் பிடித்த யானை

திங்கள் => நிலா)

7. விருந்து சரி. மருந்து எங்கே?

இந்தப் பாடலும் ஒரு போர்க்களக் காட்சிதான். சேரனின் வீரமும், போரின் கொடூரமும் ஒன்றாக வெளிப்படும் இந்தப் பாடலை மென்மையான இதயம் கொண்டவர்கள் படித்தால் சற்று அதிர்ச்சியடையக்கூடும்.

போர்க்களத்தில் அன்றாடம் பல பிணங்கள் விழும். அவற்றை அள்ளிச் சாப்பிடுவதற்காகவே பருந்துகளும் நரிகளும் போர் நடைபெறும் இடங்களை வட்டமிட்டுக்கொண்டிருக்கும்.

பூழி நாட்டு அரசன் சேரன், அவனை எதிர்த்துப் போரிட வந்தவர்களெல்லாம் அவனால் கொல்லப்பட்டு வீழ்ந்து கிடக்கிறார்கள். இப்படிக் குவிந்திருக்கும் அவர்களின் பிணங்களைத் தின்பதற்காக நரிகள் வருகின்றன.

இறந்து கிடக்கும் இந்த அரசர்கள் தோள்களில் ‘வளை’, மார்பில் ‘மரகதப் பூண்’, கைகளில் (வைரத்தாலான) ‘கடகம்’ ஆகிய நகைகளை அணிந்திருக்கிறார்கள். அதனால், அவர்களைக் கடித்துத் தின்னும் நரிக் குட்டிகள் அவசரத்தில் இந்த நகைகளையும் சேர்த்துக் கடித்துவிடுகின்றன.

வைரத்தைக் கடித்தால் என்ன ஆகும்? அவற்றின் கூர்மையில் வாய் கிழிந்து புண்ணாகும்.

‘நல்ல விருந்துச் சாப்பாடு என்று இந்தச் சேரனின் போர்க்களத்தில் பிணம் தின்ன வந்தால், நம் வாய் இப்படிப் புண்ணாகிவிட்டதே’

என்று வருந்திய குட்டி நரிகள் வேதனை பொறுக்காமல் தங்கள் தாய் நரிகளைக் கூவி அழைக்கின்றன.

மரகதப் பூண் மன்னவர் தோள் வளை கீழா

வயிரக் கடகக் கை வாங்கித் துயர் உழந்து

புண்ணுற்று அழைக்கும் குறுநரித்தே பூழியனைக்

கண்ணுற்று வீழ்ந்தார் களம்.

(பூண், வளை, கடகம் => நகைகள்

வ்ாங்கி => கடித்து

உழந்து => அடைந்து

பூழியன் => பூழி நாட்டு அரசன்

கண்ணுற்று => எதிர்த்து)

8. எதிரி நாடு என்ன ஆகும்?

‘எனக்குக் கோவம் வந்தா என்ன நடக்கும்ன்னு எனக்கே தெரியாது’ என்று சிலர் சொல்வதுண்டு.

நம் சேரன் அப்படியில்லை. அவனுக்குச் சினம் வந்தால் என்ன நடக்கும் என்பது அவனுக்கும் தெரியும், அவனுடைய எதிரிகளுக்கும் தெரியும், அவன் நாட்டுப் புலவர்களுக்குக்கூட தெரியும்.

சேரனுக்குச் சினத்தை உண்டாக்கி அவனுடைய கண்களை ஆத்திரத்தால் சிவக்கச்செய்கிறவர்களின் நாடு அல்லது ஊர் என்ன நிலைமைக்கு ஆளாகும் என்று இந்தப் பாடல் விளக்குகிறது.

வலிமை மிக்க சேரனுக்குச் சினமூட்டியவர்களுடைய நாடு உடனடியாக அழிக்கப்படும். அந்த நாட்டில் மக்கள் வாழும் பகுதிகளெல்லாம் நெருப்புக்கு இரையாகும். அதனால், சிறிது நேரத்துக்குள் அந்த நாடுமுழுதும் கரிதான் குவிந்திருக்கும். இதற்குமேல் இங்கு மனிதர்கள் யாரும் வாழமுடியாது என்னும் அளவுக்குச் சேரனும் அவனுடைய படைகளும் அந்த நாட்டை அழித்துச் சிதைத்துவிடுவார்கள்.

அந்த நாட்டில் மக்கள் வாழாத பகுதிகளில் நச்சுச் செடிகளும் முள் புதர்களும் படரும். எங்கு பார்த்தாலும் நரிகள் அலையும். மொத்தத்தில் நாடு சுடுகாடாகிவிடும்.

அதனால், பகை நாட்டு மன்னர்கள் யாரும் சேரனுக்குச் சினமூட்டிவிடாதீர்கள். உங்கள் நாட்டில் மனிதர்களும்,

இயற்கை, செயற்கை வளங்களும் நிறைந்திருக்கவேண்டுமா, அல்லது கரியும் நரியும் நச்சுச் செடிகளும் நெருப்பும் அவலமும் நிறைந்திருக்கவேண்டுமா என்று நீங்களே தீர்மானித்துக்கொள்ளுங்கள்.

கரி பரந்து எங்கும் கடுமுள்ளி பம்பி

நரி பரந்து நால்திசையும் கூடி எரி பரந்த

பைங்கண் மால் யானைப் பகை அடுதோள்க் கோதையைச்

செங்கண் சிவப்பித்தார் நாடு.

(கடுமுள்ளி => நச்சு முள் செடி

பம்பி => பரவி

எரி பரந்த => தீ பரவிய

மால் யானை => பெரிய யானை

பகை அடு தோள் => பகைவரை வெல்லும் தோள்)

9. நாடு இல்லை, காடு

இந்தப் பாடலும் சென்ற பாடலின் தொடர்ச்சியைப்போல், சேரனைச் சினமடையச் செய்கிறவர்களுக்கான விழிப் பூட்டலாகத்தான் அமைந்திருக்கிறது. முள்புதர்கள் மண்டிச் சிதைந்த கோட்டைகளை நேரிலோ, புகைப்படங்களிலோ, தொலைக்காட்சியிலோ பார்க்கும்போதெல்லாம், அவை நமக்கு இந்தப் பாடலை நினைவுபடுத்திவிடும்.

'முசிறி'யைத் தலைநகரமாகக் கொண்டு ஆட்சி செய்துவருபவன் சேரன் கோதை, அரும்புகள் மலரும் மாலை அணிந்தவன்.

அவனுடைய ஒளி மிகுந்த வேலைப் பகைத்துக்கொண்ட நாடுகள் உடனடியாகப் போருக்கு இலக்காகும். சேரனும் அவனுடைய படைவீரர்களும் அந்த நாட்டை இருந்த இடம் தெரியாமல் அழித்துவிடுவார்கள்.

போர் முடிந்தபின், அந்த நாட்டில் எங்கும் புல்லும், சுரைக்கொடியும், 'வேளை' என்ற செடியும்தான் வளர்ந்திருக்கும். அதை 'நாடு' என்று சொல்வதைவிடக் 'காடு' என்று சொல்லிவிடலாம். அந்த அளவுக்கு, முன்பு எப்போதோ இந்த இடத்தில் மனிதர்கள் வாழ்ந்த ஒரு நாடு இருந்தது என்று யாருக்கும் தெரியாதபடி அது முற்றிலுமாக அழிக்கப்பட்டுவிடும்.

வேரறுகை பம்பிச் சுரை படர்ந்து வேளை பூத்து

ஊர் அறியல் ஆகா கிடந்தனவே, போரின்

முகை அவிழ் தார்க் கோதை முசிறியார் கோமான்

நகையிலை வேல் காய்த்தினார் நாடு.

(வேரறுகை => நிறைய வேர்கள் கொண்ட புல்

பம்பி => பரவி

வேளை => ஒரு வகைச் செடி

முகை => மொட்டு

தார் => மாலை

நகையிலை வேல் => ஒளிரும் வேல்

காய்த்தினார் => சினத்தை உண்டாக்கியவர்கள்)

10. தேய்ந்த தாழ்ப்பாள்கள்

இதுவரையிலான ஒன்பது பாடல்களில் சேரனின் வீரச் சிறப்பை விரிவாகப் பார்த்தோம். இப்படிப்பட்ட சிறந்த வீரன்மீது அந்த நாட்டுப் பெண்கள் எப்படிப்பட்ட அன்பையும் ஆதரவையும் பொழிந்தார்கள் என்பதை அடுத்த சில பாடல்கள் விளக்குகின்றன.

தேர்ந்தெடுக்கப்பட்ட மலர்களால் தொடுக்கப்பட்ட 'கண்ணி' என்ற மாலையைத் தலையில் அணிந்திருக்கிறான் சேரன். அந்த மாலையை வண்டுகள் ஆசையோடு மொய்க்கின்றன.

இந்த அழகான தோற்றத்துடன், வலிமையான குதிரைகள் பூட்டிய தேரின்மேல் ஏறுகிறான் சேரன் கோதை. அவனுடைய தேர் வீதியின் நடுவில் ஓடுகிறது.

சேரனைப் பார்ப்பதற்காக அந்த நாட்டிலிருந்த எல்லா இளம்பெண்களும் வீதிக்கு விரைகிறார்கள், அவனைப் பார்த்த விநாடியில் காதலாகிக் கசிந்து நிற்கிறார்கள்.

இதைப் பார்த்த தாய்மார்களுக்குக் கடுமையான அதிர்ச்சி. திருமண வயதில் நிற்கும் பெண்களெல்லாம் இப்படிச் சேரனைப் பார்த்து மயங்கிக்கொண்டிருந்தால் அவர்களைப்பற்றி ஊர் நாலுவிதமாகப் பேசாதா? அதன்பிறகு அந்தப் பெண்களுக்கெல்லாம் எப்படித் திருமணம் நடக்கும்?

இப்படிப் பலவிதமான கற்பனைகள், கவலைகளில் மூழ்கிய ஒரு தாய், எப்படியாவது தன்னுடைய மகள் சேரனைப் பார்க்காமல்

தடுத்துவிடவேண்டும் என்று நினைக்கிறாள், அவளை வீட்டுக்குள் அடைத்துத் தாழ்ப்பாள் போடுகிறாள்.

அடுத்த விநாடி, அந்த மகள் தாழ்ப்பாளைத் திறந்துகொண்டு வெளியில் வந்துவிடுகிறாள்.

வீட்டினுள்ளிருந்து பதறி ஓடி வந்த அவளுடைய தாய், 'நீ ஏன் வெளியில் வந்தாய்? உள்ளே போ' என்று அவளை வீட்டினுள் இழுக்கிறாள், மீண்டும் தாழ்ப்பாள் போடுகிறாள்.

இதுபோன்ற கட்டுப்பாடுகளுக்கெல்லாம் அடங்கக்கூடியதா காதல்? அந்தப் பெண் மீண்டும் தாழ்ப்பாளைத் திறந்துகொண்டு தன் ஆசை நாயகனான சேரனைப் பார்ப்பதற்காக வெளியில் ஓடி வருகிறாள்.

இப்படியாக, சேரன் வருகிற வீதிகளிலெல்லாம் தாய்மார்கள் கதவை அடைப்பதும், மகள்கள் அதைத் திறப்பதுமான நாடகம் திரும்பத் திரும்ப நடந்துகொண்டிருக்கிறது. மூடித் திறந்து, மூடித் திறந்து அந்தத் தாழ்ப்பாள்களெல்லாம் சலித்துத் தேய்ந்துவிட்டன.

இதனால்தான் அந்த வீதிகளில் இளம்பெண்கள் இருக்கிற எல்லா வீடுகளின் கதவுகளிலும் தாழ்ப்பாள்கள் தேய்ந்து காணப்படுகின்றன.

தாயர் அடைப்ப, மகளிர் திறந்திட

தேயத் திரிந்த குடுமியவே, ஆய்மலர்

வண்டு உலாஅம் கண்ணி வய மான் தேர்க் கோதையைக்

கண்டுலாஅம் வீதிக் கதவு.

(திரிந்த => மாறிய

குடுமி => தாழ்ப்பாள் போன்ற அமைப்பு

ஆய்மலர் => தேர்ந்தெடுக்கப்பட்ட மலர்கள்

அம் => அழகிய

கண்ணி => தலையில் அணியும் மாலை

வயமான் => வலிமை மிகுந்த குதிரை)

11. நல்லவனா நீ?

மாந்தை நகரின் தலைவன் சேர மன்னன்.

மலைபோல் அகன்ற மார்புகளை உடைய வீரன் அவன். எதிர்த்து வரும் பகைவர்களைக் கொன்று குவிப்பதிலும், அவர்கள் நாட்டிலுள்ள பசுக்கூட்டங்களையும் மற்ற செல்வங்களையும் கொள்ளையடித்துக் கொண்டுவருவதிலும் அவனுக்கு இணை வேறு யாருமில்லை.

அப்படிப்பட்ட சேரனின் ஆட்சியில் அவன் நாட்டு மக்கள் எல்லாரும் எல்லா வளங்களும் நலங்களும் பெற்று மகிழ்ச்சியாக வாழ்ந்திருந்தார்கள்.

சென்ற பத்தியில் 'எல்லாரும்' என்று சொன்னது தவறு. சேரனின் நாட்டில் 'எல்லாரும்' மகிழ்ச்சியாக இல்லை. அவனைக் குற்றம் சொல்லிப் பேசுகிறவர்களும் அந்த நாட்டில் இருந்தார்கள்.

யார் அவர்கள்?

சேரனின் அழகைப் பார்த்துக் காதல் கொண்டு மயங்கிய பெண்களின் தாயார்கள்தான்.

நேற்றுவரை பட்டாம்பூச்சிபோல் துள்ளி விளையாடிக்கொண்டிருந்த பெண் அவள். இன்றைக்கு இந்தச் சேரனைப் பார்த்தாள், துவண்டு விழுந்துவிட்டாள். காதல் வேதனையில் அவளுடைய உடல் மெலிந்துவிட்டது. வளையல்களெல்லாம் கழன்று தீராத நோயின் பிடியில் அகப்பட்டதுபோல் வாடிவிட்டாள் இந்தப் பெண்.

இந்தக் கொடுமையைப் பார்த்த தாய் 'இப்படி என் மகளின் அழகைக் கவர்ந்துபோய்விட்டானே அந்தச் சேரன். அவனை 'நல்ல அரசன்' என்று நாங்கள் எப்படிச் சொல்லமுடியும்?' என்று உரக்கக் கேட்கிறாள்.

அடடா. சேர அரசன் செங்கோல் வளையாமல் நல்லாட்சி நடத்தியும்கூட, அவனுடைய நாட்டிலேயே அவனுக்கு இப்படியொரு கெட்ட பெயர்.

வரை பொரு நீள் மார்ப, வட்கார் வணங்கும்

நிரை பொரு வேல் மாந்தைக் கோவே, நிரை வளையார்

தம் கோலம் வவ்வுதல் ஆமோ; அவர் தாய்மார்

செங்கோலன் அல்லன் என.

(வரைபொரு => மலைபோன்ற

வட்கார் => எதிரிகள்

நிரை => வரிசை / கூட்டம்

கோ => தலைவன்

வவ்வுதல் => கைப்பற்றுதல்)

12. பசலை அழகு

பெண்களின் அழகைக் குறிப்பதற்கு 'மாமை நிறம்' என்ற சொல்லைப் பயன்படுத்துவார்கள்.

'மாமை நிறம்' என்பது மாந்தளிரின் நிறம். கறுப்பும் இல்லாமல், சிவப்பும் இல்லாமல், வெள்ளையும் இல்லாமல், இவை எல்லாம் கலந்ததுபோன்ற, சொற்களால் விளக்கமுடியாத ஒரு சிறப்பான நிறக்கலவை அது. இதற்குமேலும் விளக்கம் வேண்டுமானால் ஒரு மாமரத்தையோ, மாஞ்செடியையோ தேடிப் பிடித்து அதிலிருக்கும் ஓர் இளந்தளிரைப் பார்த்து அதன் நிறத்தை உணர்ந்துகொள்ளவேண்டியதுதான்.

அந்த 'மாமை' நிறத்தைக் கொண்ட இளம்பெண்கள்தான் மிக அழகானவர்கள் என்பது அன்றைய நம்பிக்கை. நம் சங்க காலக் கவிதைகளில் பாடப்படும் எல்லா நாயகியரும் பருவ வயதில் 'மாமை' நிறத்தவர்களாகதான் இருந்திருக்கிறார்கள்.

அதன்பிறகு என்ன நடக்கிறது?

அந்தப் பெண்கள் ஒரு வீரனைப் பார்க்கிறார்கள், அவன்மேல் காதல் வயப்படுகிறார்கள். அவனைப் பார்ப்பதற்குமுன்னாலும், பார்க்கும்போதும், அவனோடு சேர்ந்திருக்கும்போதும் இந்த 'மாமை' நிறம் அவர்களோடுதான் இருக்கிறது. ஆனால், அவன் பிரிந்து சென்ற மறு விநாடி, 'மாமை' நிறம் மாறி அவர்களின் உடலில் 'பசலை' படர்கிறது.

இதுபற்றிக் குறுந்தொகையில் ஓர் அழகான பாடல் உண்டு. பரணர் எழுதிய அந்தப் பாடலில், 'ஊர்க்குளத்தில் பாசி படர்ந்திருக்கிறது. யாரேனும் அதில் தண்ணீர் குடிப்பதற்காக வரும்போது அந்தப் பாசி விலகுகிறது. அவர்கள் தாகம் தணிந்து திரும்பிச் சென்றபின் மீண்டும் பாசி தண்ணீரை மூடிக்கொள்கிறது. அதுபோல, என் காதலன் என்னைத் தொடும்போது இந்தப் பசலை விலகுகிறது. அவன் என்னை விடும்போது (பிரியும்போது) மீண்டும் என்னைப் பசலை பிடித்துக்கொள்கிறது' என்கிறாள் ஒரு காதலி.

'பசலை' என்பதைப் பீர்க்கம்பூவின் நிறம் என்றும், தங்கத்தின் நிறம் என்றும் சொல்கிறவர்கள் உண்டு. இந்தப் பசலை 'மாமை'க்கு நேர் எதிர். 'மாமை' என்பது மகிழ்ச்சியின் அழகு, உள்ளம் துள்ளுவதைக் காட்டும் அழகு என்றால் 'பசலை' என்பது வருத்தமும் துன்பமும் கலந்த அழகற்ற நிலை.

'மாமை'யால் அழகு கூடுகிறது, 'பசலை'யால் குறைகிறது. பேரழகிகளைக்கூட உருக்கிக் குலைத்துவிடுகிற காதல் நோய் இந்தப் பசலை.

அழகிய குதிரைகள் தாவிப் பாய்கிற தேரில் உலா வருகிறவன் சேரன். அப்போது பல பெண்கள் அவனைப் பார்த்துக் காதல் கொள்கிறார்கள். அதன்பிறகு, அவன் அங்கிருந்து சென்றதும், அவர்கள் எல்லாரும் பசலை நோய்க்கு ஆளாகிறார்கள். அவர்களின் மாமை நிறம் மறைந்து உடல்முழுதும் பசலை படர்கிறது.

ஆனால், அவர்களுக்கு இதனால் பெரிய வருத்தம் ஏதும் இல்லையாம். அது ஏன்?

சேரனைக் கண்டு மயங்கியவர்களில் ஒருத்தியிடம் இதுபற்றிக் கேட்டால், அவள் இப்படிப் பதில் சொல்கிறாள்: 'மாந்தளிர் நிறம் போனால் என்ன? என் அன்புக்குரிய சேரனால் எனக்குக் கிடைத்திருக்கும் இந்தப் 'பசலை'யின் பொன் நிறம் அந்த 'மாமை'யைவிடப் பல நூறு கோடி மடங்கு உயர்வானது.'

மாமை உயர்வு, பசலை மட்டம் என்று ஊர் நினைக்கலாம். ஆனால், சேரனின் காதலியர் அப்படி நினைப்பதில்லை. அவர்கள் இயற்கை அழகான 'மாமை'யின் ஒளிர்வைவிட, சேரன் தந்த 'பசலை'யைத்தான் உயர்வாக நினைக்கிறார்கள்.

வாமான் தேர்க் கோதையை மான் தேர்மேல் கண்டவர்

மாமையே அன்றோ இழப்பது. மாமையின்

பன்னூறு கோடி பழுதோ என் மேனியில்

பொன் ஊறி அன்ன பசப்பு.

(மான் => குதிரை

வாமான் தேர் => தாவிப் பாயும் குதிரைகள் பூட்டிய தேர்

மாமை => மாந்தளிர் நிறம்

பன்னூறு => பல நூறு

பழுதோ => குறைபட்டதோ

பொன் ஊறி அன்ன => தங்க நிறம் ஊறியதுபோன்ற

பசப்பு => பசலை)

13. உயிர்பிழைக்க ஒரே வழி

பூழி நாட்டின் தலைவன் சேர மன்னன். அவனைக் கண்டு காதல் கொண்ட ஒரு பெண்ணின் கோரிக்கையாக இந்தப் பாடல் மலர்கிறது.

இந்தப் பெண் தன்னுடைய ஊரில் உள்ள மக்கள் அனைவரையும் கூவி அழைக்கிறாள், 'தண்ணீரும், நிழலும் மற்றவர்களுக்குக் குளிர்ச்சி அளித்து, அவர்களை மகிழ்ச்சியடையச் செய்யும். அதுபோல எல்லாரின்மீதும் அன்பு கொண்ட என் ஊர் மக்களே, என் குறையைக் கேளுங்கள்.'

அவளுக்கு என்ன குறை? அதையும் அவளே சொல்கிறாள், 'போரை விரும்பும் மத யானைகளைக் கொண்டவன் சேரன் கோதை. அவன்மேல் எனக்குக் காதல். அவனை நினைத்து உருகிக்கொண்டிருக்கிறது என் நெஞ்சம்.'

சரி, அதற்கு ஊர் மக்கள் என்ன செய்யமுடியும்?

'காதல் நோயில் வாடிக்கொண்டிருக்கும் நான் உயிர்பிழைப்பதற்கு ஒரே ஒரு வழிதான் இருக்கிறது. அன்புள்ளம் கொண்ட இந்த ஊர் மக்கள்தான் எனக்கு அந்த உதவியைச் செய்யவேண்டும். அதாவது, என்னை அந்தச் சேரனுடன் சேர்த்துவைக்கவேண்டும்.'

நீரும் நிழலும்போல் நீண்ட அருள் உடைய

ஊரிரே! என்னை உயக்கொண்மின், போரிற்கு

உழலும் களி யானைப் பூழியர் கோக் கோதைக்கு

அழலும் என் நெஞ்சம் கிடந்து.

(ஊரிர் => ஊர் மக்கள்

உயக்கொண்மின் => உய்ய / பிழைக்க உதவுங்கள்

உழலும் => விரும்பும்

களி யானை => மதம் பிடித்த யானை

அழலும் => உருகும்)

14. தடுக்கவேண்டாம்

கடல்போன்ற படைகளை உடைய சேரன் கோதையின்மேல் காதல் கொண்டாள் ஒரு பெண், அவன் வீதியில் வருகிற செய்தியைக் கேட்டு அவனைப் பார்ப்பதற்காக ஓடிவந்தாள்.

ஆனால், அவளுடைய தாய் அவளை வீட்டினுள் தள்ளிக் கதவைப் பூட்டிவிட்டாள்.

'இந்த வீட்டுக்கு இருப்பது ஒரே ஒரு கதவு. அதையும் இந்தக் கொடுமைக்காரத் தாய் அடைத்துவிட்டாள். இனிமேல் நான் என்ன செய்வேன்? என் மனம் கவர்ந்த காதலனை எப்படிப் பார்ப்பேன்?' என்று புலம்புகிறாள் அந்தப் பெண்.

அந்தப் புலம்பல் மெல்ல மெல்ல வலுவடைந்து மிரட்டலாக உருக்கொள்கிறது, 'ஏ அம்மா, என் காதலனைப் பார்க்கவிடாமல் தடுத்துவிட்டாய். ஆனால், இதுபோன்ற தடைகளெல்லாம் உண்மையில் வீண் வேலை. உன்னால் எங்கள் காதலைத் தடுக்கமுடியாது' என்கிறாள் அவள், 'உன்னால் என்னை மட்டும்தான் அடைத்துவைக்க முடியும். நான் சேரனின்மேல் கொண்டிருக்கிற காதலைப்பற்றி இந்த ஊரில் உள்ளவர்களெல்லாம் கதைகதையாகப் பேசுகிறார்களே, அவர்கள் வாயை உன்னால் அடைக்க முடியுமா?'

தேர்ந்தெடுத்த சிறந்த அணிகலன்களை அணிந்த அந்தப் பெண் தொடர்ந்து சொல்கிறாள், 'அதுமட்டுமா? இந்தப் பெண்

உன்னை நேசிக்கிறாள் என்று இந்த ஊரார் சேரனிடம் போய்ச் சொல்வார்கள். அதை உன்னால் தடுக்கமுடியுமா?'

'உலை வாயை மூடலாம். ஊர் வாயை மூடமுடியுமா?' என்று நம் ஊரில் ஒரு பழமொழி உண்டு. அதுபோல, இந்த மகள் தன் தாயிடம் வாதம் செய்கிறாள், 'அம்மா, நீ என்னைத் தடுத்து எந்தப் பயனும் இல்லை. எப்படியும் இந்த ஊர் மக்கள் என்னைப்பற்றியும் நான் கொண்ட காதலைப்பற்றியும் வதந்தி பேசப்போகிறார்கள். அதைத் தடுக்கமுடியாத நீ என்னைமட்டும் அடைத்துவைத்து என்ன செய்யமுடியும்? பேசாமல் இந்தக் கதவை திறந்துவிடு. நான் என் காதலனைப் பார்த்து மகிழ்கிறேன்' என்று சொல்லாமல் சொல்(ஜொள்)கிறாள் இவள்.

கடல் தானைக் கோதையைக் காண்கொடாள் வீணில்

அடைத்தாள் தனிக் கதவம் அன்னை, அடைக்குமேல்

ஆயிழையாய், என்னை அவன்மேல் எடுத்துரைப்பார்

வாயும் அடைக்குமோ தான்

(தானை => படை

காண்கொடாள் => பார்க்கவிடமாட்டாள்

தனிக்கதவம் => ஒற்றைக் கதவு

அடைக்குமேல் => அடைத்தால்

ஆயிழை => தேர்ந்தெடுத்த அணிகல்ன்கள் அணிந்த பெண்)

15. இரகசியக் கனவுகள்

புன்னை மரங்களும் இளநீர் நிறைந்த தென்னை மரங்களும் நறுமணம் நிறைந்த மலர்களும் செழித்து வளர்ந்து பூத்துக் குலுங்கும் அழகு நகரம் மாந்தை.

வளம் மிகுந்த அந்த மாந்தை நகரின் தலைவன் சேரன்.

அந்த நகரத்துப் பெண் ஒருத்தி சேரன்மேல் காதல் கொண்டாள், யாருக்கும் தெரியாத ரகசியமாக அவனை நினைத்து உருகினாள்.

நாள்தோறும் அவளுடைய இரவுக் கனவுகளில் சேரன் வந்தான், அவளைக் கட்டித் தழுவினான். தன் ஒருத்திக்குமட்டும் சொந்தமான அந்தச் சுகத்தில் அவள் மகிழ்ந்திருந்தாள்.

ஆனால், இதுபோன்ற விஷயங்களையெல்லாம் நெடுநாள் ரகசியமாக வைத்திருக்கமுடியுமா? அவளுடைய தூக்க உளறல்களிலிருந்தும், முனகல்கள், செல்லச் சிணுங்கல்களிலிருந்தும் தோழிகளுக்கு விஷயம் புரிந்துவிட்டது.

அதனால், அவள் காலையில் விழித்தெழுந்ததும் தோழிகள் அவளைச் சூழ்ந்துகொண்டார்கள், 'என்னடி? கனவில் உன் காதலன் வந்தானா? அவன் என்னவெல்லாம் செய்தான்? அதை எங்களுக்கும் சொல்லமாட்டாயா?' என்றெல்லாம் அவளைக் கேலி செய்து விரட்டினார்கள்.

இதைக் கேட்ட அந்தப் பெண் வியந்து நின்றாள், 'அந்தச் சேரன் என் கனவில்மட்டும்தானே வந்தான்? அந்தச் செய்தியை இவர்கள் எப்படித் தெரிந்துகொண்டார்கள்?'

புன்னாகச் சோலை புனல் தெங்கு சூழ் மாந்தை
நன்னாகம் நின்று அலரும் நல் நாடன், என் ஆகம்
கங்குல் ஒரு நாள் கனவினுள் தைவந்தான்,
என்கொல் இவர் அறிந்த ஆறு

(புன்னாகம் => புன்னை மரம்

புனல் => நீர் (இங்கு இளநீரைக் குறிக்கிறது)

தெங்கு => தென்னை மரம்

நன்னாகம் => நறுமண மலர்களைக் கொண்ட

அலரும் => பூத்துக் குலுங்கும்

ஆகம் => உடல்

கங்குல் => இரவு

தைவந்தான் => தடவினான்)

16. ஊசலாடும் மனம்

வறுமையில் வாடும் ஏழைகள் தங்களைவிட வசதியாக வாழ்பவர்களிடம் உதவி கேட்டுச் செல்ல நேர்கிறபோது, அவர்களின் மனம் இருதலைக்கொள்ளி எறும்பைப்போலத் தத்தளிக்கும்.

ஒருபக்கம் வீட்டின் நிலைமை. அதை நினைக்கிறபோது, 'யாருடைய காலைப் பிடித்தாலும் பரவாயில்லை. கையேந்திப் பிச்சை கேட்டால்கூடத் தப்பில்லை. எப்படியாவது இந்த வறுமைக் கொடுமையைப் போக்கிவிடமுடிந்தால் போதும்' என்று மனம் சொல்லும்.

ஆனால், அதே மனத்தால் தன்னுடைய தன்மானத்தையும் விட்டுக்கொடுக்கமுடியாது. அந்தக் கோணத்தில் யோசிக்கிறபோது 'அந்தக் காலத்தில் நான் எப்படியெல்லாம் மதிப்பாக வாழ்ந்தவன்! இன்றைக்கு நான் இன்னொருவருடைய உதவியை எதிர்பார்த்துக் கையேந்துவதா? அவர் உதவமுடியாது என்று சொல்லிவிட்டால் தலை கவிழ்ந்துகொண்டு திரும்புவதா? சேச்சே, வெட்கம், வெட்கம்!' என்றெல்லாம் வீர வசனங்கள் தோன்றும்.

இப்போது மனிதன் எதைக் கேட்டு நடப்பது? பழைய, மதிப்பான நிலையை நினைத்துக்கொண்டு பட்டினி கிடப்பதா? அல்லது எல்லாவற்றையும் மறந்துவிட்டு வசதியுள்ளவர்களின்முன் கூனிக் குறுகி நின்று பிச்சை வாங்கிக்கொள்வதா?

வருத்தமான நிலைமைதான். இப்படியும் முடிவெடுக்கமுடியாமல், அந்தப் பக்கமும் துணிந்து செல்லமுடியாமல் முன்னே நடப்பதும், பின்தங்குவதும், மறுபடி பத்துத் தப்படி நடப்பதும், தணிந்து பின்வாங்குவதுமாகப் பணக்கார மாளிகைகளை நோக்கிய அந்த ஏழையின் பயணம் தட்டுத்தடுமாறித் தொடரும்.

உறுதியற்ற இந்தத் தடுமாற்றத்தை ஒரு காதலியின்மீது ஏற்றிச் சொல்கிறார் முத்தொள்ளாயிரக் கவிஞர்.

'தேர்ந்தெடுத்த மணிகளையும் தங்க நகைகளையும் அணிந்தவன் சேரன். அழகான மார்பில் மாலை அசைந்தாடும்படி அவன் தெருவில் வந்தான். அந்த அழகைப் பார்ப்பதற்காக நான் ஓடோடி வந்தேன்' என்கிறாள் ஒருத்தி.

அப்புறம்? அவள் மன்னனைப் பார்த்தாளா, இல்லையா?

'ம்ஹூம், இல்லை. நான் அவனைப் பார்க்கவில்லை' என்கிறாள் அவள்.

'ஏன்? என்னாச்சு?'

'காதல் என்னை முன்னோக்கித் துரத்தியது. ஆனால், என் நாணம் என்னைப் பின்னோக்கித் தள்ளி வாசல் கதவையும் அடைத்துவிட்டது.'

'அடடா, அதன்பிறகு என்ன ஆனது?'

'ஒன்றும் ஆகவில்லை' என்று பெருமூச்சுடன் சொல்கிறாள் அவள், 'பெரிய பணக்காரர்களிடம் உதவி கேட்டுச் செல்லும் ஏழைகள் போவதா, வேண்டாமா என்கிற தயக்கத்தில் முன்னும், பின்னும் நகர்ந்து, திரும்பி அலைவதுபோல என் மனம் அவனை நோக்கிச் சென்றது, வெட்கப்பட்டு நின்றது, திரும்பியது, மீண்டும் முன்னே சென்றது, பின்னே வந்தது, இப்படியே ஊசலாடிக்கொண்டு நிற்கிறது.'

ஆய்மணிப் பைம்பூண் அலங்கு தார்க் கோதையைக்

காணிய சென்று கதவு அடைத்தேன் நாணிப்

பெருஞ்செல்வர் இல்லத்து நல்கூர்ந்தார் போல

வரும், செல்லும், பேரும் என் நெஞ்சு.

(ஆய்மணி => தேர்ந்தெடுத்த மணிகள்

பைம்பூண் => தங்க நகை

அலங்கு => அசையும்

தார் => மாலை

நல்கூர்ந்தார் => வறியவர்கள்

பேரும் => பின்வாங்கும்)

17. நெஞ்சே, நீ எங்கே?

சென்ற பாடலின் தொடர்ச்சியைப்போல இந்தப் பாடல் அமைந்திருக்கிறது.

இந்தப் பாடலில் வருகிற பெண்ணும் சேரனின்மேல் தீவிரமான காதல் கொண்ட ஒருத்திதான். நீண்ட, எதிரிகளுக்குக் கொடுமை செய்கிற வேலை உடைய அவனைக் காணத் துடிக்கிறாள் இந்தக் காதலி.

அதனால், தேர்ந்தெடுத்த மணிகளையும், தங்க நகைகளையும், மார்பில் அசைந்தாடும் மாலையையும் அணிந்த அந்தச் சேரன் கோதையைப் பார்ப்பதற்காக இவள் தன் நெஞ்சையே தூதாக அனுப்புகிறாள்.

ஆனால், அவனைத் தேடிச் சென்ற நெஞ்சு அவளிடம் திரும்பவில்லை. ஏன்? அவளுக்குப் புரியவில்லை.

'குளிர் வாட்டும் மார்கழி மாதம். ஊரெங்கும் பனி பெய்துகொண்டிருக்கிறது. இந்த நிலைமையில் என் காதலன் சேரன் கோதையைக் காணச் சென்ற என் நெஞ்சம் அங்கு எப்படிப் பாடுபடுகிறதோ, தெரியவில்லையே' என்று புலம்பித் தவிக்கிறாள் அவள்.

அதன்பிறகு, அவளே ஒரு தீர்மானத்துக்கு வருகிறாள், 'சேரனைப் பார்க்காமல் அங்கிருந்து திரும்புவதில்லை என்கிற உறுதியோடு என் நெஞ்சம் அங்கேயே தங்கிவிட்டது' என்கிறாள், 'குளிர் தாங்காமல் தன் கைகளையே போர்வையாகப் போர்த்திக்கொண்டு,

அவனுடைய அரண்மனை வாசலில் என் நெஞ்சம் தவிப்புடன் நிற்கிறது' என்று ஏங்குகிறாள்.

காதலியையும் அவள் நெஞ்சத்தையும் இப்படி இரண்டாகப் பிரித்துச் சொல்வதன்மூலம் காதலியின் உடல் இங்கு இருந்தாலும் உள்ளம் அவன் பின்னால் சென்றுவிட்டது என்னும் கருத்தை அழகாகவும் அழுத்தமாகவும் வலியுறுத்துகிறது இந்தப் பாடல்.

கடும் பனித் திங்கள் தன் கை போர்வை ஆக,

நெடுங்கடை நின்றதுகொல் தோழி, நெடும் சின வேல்

ஆய்மணிப் பைம்பூண் அலங்கு தார்க் கோதையைக்

காணிய சென்ற என் நெஞ்சு.

(திங்கள் => மாதம்

நெடுங்கடை => உயரமான கடைவாசல்

நெடும் சின வேல் => கொடுமையான, நீண்ட வேல்

ஆய்மணி => தேர்ந்தெடுத்த மணிகள்

பைம்பூண் => தங்க நகை

அலங்கு => அசையும்

தார் => மாலை)

18. காணாமல் போன ஊடல்

ஊடல் கொண்ட பெண்கள் இந்த உலகத்தின் மிகத் தீவிரமான சர்வாதிகாரிகளாகத் தெரிகிறார்கள்.

'அவன் வரட்டும், பார்த்துக்கொள்கிறேன்' என்று (செல்லச்) சினத்தோடு ஒரு பெண் சொல்லும்போது, அந்த 'அவன்' மன்னாதிமன்னனாகவே இருந்தாலும் அவளிடம் மாட்டிக் கொண்டுவிட்டான் என்று புரிகிறது.

காதலியின் இந்தச் சினத்தை அதிகாரத்தால் தணிக்கமுடியாது. காரணங்கள் சொல்வதுகூட முக்கியமில்லை. 'நான் தவறு செய்துவிட்டேன். உன்னுடைய சினம் சரியானதுதான்' என்று மனமார ஒப்புக்கொண்டால்தான் அவளாக மனமிரங்கி மன்னிக்கிற வாய்ப்பு உண்டு.

சில பெண்களுக்கு அதுவும் போதாது. கெஞ்சிக் கதறவேண்டி யிருக்கலாம், நூறு முறை மன்னிப்பு கேட்கவேண்டியிருக்கலாம். மல்லிகைப் பூவோ, தெருமுனைக் கடை அல்வாவோ, ஓர் ஈர முத்தமோ தேவைப்படலாம்.

ஆனால், இத்தனைக்குப்பிறகும், மன்னிப்பதும், தொடர்ந்து ஊடியிருப்பதும் அவளுடைய விருப்பம்தான்.

எனினும், இத்தனை தொல்லையிலும் ஒரு சுகம் இருக்கிறது. இந்த பொய்யான சினமும், திட்டல்களும், பொய்யான கெஞ்சல்களும், மன்னிப்புகளும்... இவை எல்லாமே காதல் வாழ்க்கையின் சுவையான பகுதிகள். 'ஊடுதல் காமத்திற்கு இன்பம்' என்று சும்மாவா சொன்னார் வள்ளுவர்?

இந்தப் பாடலில் சேரனின் காதலி ஒருத்திக்கு அவனோடு ஏதோ ஊடல். 'இன்றைக்கு அந்தக் குடநாட்டுத் தலைவன், வஞ்சிக் கோமான் வரட்டும். அவனை ஒரு வழி செய்துவிடுகிறேன்' என்று எல்லாருக்கும் கேட்கும்படி சினத்துடன் கத்தினாள் அவள்.

சுற்றியிருந்த தோழிகள் அனைவரும் அவளுடைய சினத்தைப் பார்த்து அஞ்சிவிட்டார்கள். 'நம் மன்னர் என்ன தவறு செய்துவிட்டார்? அவர் அப்படியெல்லாம் தப்பு செய்கிற ஆள் இல்லையே? இன்றைக்கு இந்தப் பெண் அவரை எப்படிப் பாடுபடுத்தப்போகிறாளோ' என்றெல்லாம் நினைத்திருந்தார்கள் அவர்கள்.

சிறிது நேரத்துக்குப்பின், சேரன் வந்தான். அவனைப் பார்த்த மறுவிநாடி, அவளுடைய சினமெல்லாம் காணாமல்போய்விட்டது. ஓடிச் சென்று அவனை அணைத்துக்கொண்டு செல்லம் கொஞ்சினாள் அவள்.

இதைப் பார்த்துக்கொண்டிருந்தவர்களெல்லாம் வியப்பில் திகைத்தார்கள், 'சற்றுமுன் சினத்தின் உச்சத்திலிருந்த பெண்தானா இவள்? காதலனைப் பார்த்ததும் சட்டென்று மாறிவிட்டாளே' என்று வியந்தார்கள்.

நாம் என்ன சொல்வது? சேரன் கொடுத்துவைத்தவன்.

வருக குடநாடன் வஞ்சிக் கோமான் என்று

அருகலர் எல்லாம் அறிய, ஒரு கலாம்

உண்டாய் இருக்க, அவ் ஒண்தொடியாள் மற்று அவனைக்

கண்டாள்; ஒழிந்தாள் கலாம்.

(குடநாடன் => குடநாட்டுத் தலைவன்

கோமான் => தலைவன்

அருகலர் => பக்கத்தில் உள்ளவர்கள்

கலாம் => சினம் / மாறுபாடு

ஒண்தொடியாள் => ஒளி வீசும் தோள் வளையல்களை அணிந்தவள்)

19. உள்ளம் கவர் கள்வன்

அழகான சொற்களைப் பேசும் என் தோழியே, சேரன்மேல் காதல் கொண்ட பெண்ணே, உனக்கு ஒரு சேதி சொல்கிறேன், கேள்.

இந்தச் சேரன், நல்லவன், முறையானவன், நேர்மையானவன், செங்கோல் ஆட்சி நடத்துகிறவன் என்றெல்லாம் மக்கள் பேசுகிறார்கள். ஆனால், எல்லாரும் நினைப்பதுபோல் நம் சேரன் கோதை நல்லவன் இல்லை. உண்மையில் சிலருக்கு அவன் பெரும் கொடுமைகளைச் செய்திருக்கிறான். ‘அவன் ஒரு பெரிய திருடன்’ என்று பலரும் குற்றம் சாட்டுகிறார்கள்.

இதெல்லாம் உனக்கு எப்படித் தெரியும் என்று கேட்கிறாயா? நேற்று மாலை அவன் ஊர்முழுதும் சுற்றி வந்தபோது நானும் அவனோடு சென்றேன், அப்போதுதான் இந்த அதிர்ச்சியூட்டும் உண்மையைத் தெரிந்துகொண்டேன்.

ஊர்வலமாக வரும் சேரனைக் கண்டவுடன் பல பருவப் பெண்கள் அதிர்ச்சியுற்று அலறினார்கள்.

‘இவன்தான் என் நலத்தைத் திருடிக்கொண்ட கள்வன். காதல் நோயில் என்னைத் தள்ளிவிட்டவன் இவன்தான்’ என்று ஒருத்தி கத்தினாள்.

இன்னொருத்தி, ‘என்னுடைய அடக்கத்தை அழித்து மனத்தைக் கெடுத்த திருடன் இவன்தான்’ என்று அழுத்தமாகக் குற்றம் சாட்டினாள்.

இப்படியாக, அவன் சுற்றி வந்த வீதியெங்கும் ஏகப்பட்ட குற்றச்சாட்டுகள்.

இவன் என் நலம் கவர்ந்த கள்வன், இவன் எனது

நெஞ்சம் நிறையழித்த கள்வன் என்று அம்சொலாய்

செல்லும் நெறியெலாம் சேரலர் கோக் கோதைக்குச்

சொல்லும் பழியோ பெரிது.

(நிறையழித்த => அடக்கத்தை அழித்த / மனத்தைக் கெடுத்த

அம் => அழகிய

நெறி => வழி)

20. கெட்டிமேளம் கொட்டட்டும்

காதல் கொண்ட ஒரு பெண்ணைப்பற்றி வைரமுத்து எழுதிய திரைப்பாடல் ஒன்று இப்படிச் சொல்கிறது:

‘காதல் வந்ததும் கன்னியின் உள்ளம் காதலை யாருக்கும் சொல்வதில்லை,

புத்தகம் மூடிய மயிலிறகாகப் புத்தியில் மறைப்பாள், தெரிவதில்லை.’

அந்தக் காலத்திலும் இதே கதைதான். காதலில் விழுந்த பெண் அந்தச் சேதியை அவளாக யாருக்கும் சொல்வதில்லை. ஆனால் அவளுடைய உடலிலும் பழக்கவழக்கங்களிலும் ஏற்படுகிற சிறு மாற்றங்களைக்கொண்டு மற்றவர்கள் அதை எளிதில் கணித்துவிடலாம்.

ஆனால், அன்றுமுதல் இன்றுவரை இந்தக் காதலியரின் தாய்மார்களுக்குமட்டும் இந்த ரகசியச் செய்தி புரிவதேயில்லை.

ஏனெனில், அவர்கள் தங்கள் மகளை வளர்ந்த பெண்ணாகப் பார்ப்பதில்லை, அவள் ‘இன்னும்’ சிறு குழந்தைதான் என்று நினைக்கிறார்கள்.

ஒரு குழந்தை திடீரென்று நிலை மாறி, மகிழ்ச்சி குறைந்து, ஒரே திசையைப் பார்த்துக்கொண்டு உட்கார்ந்திருந்தால் நாம் என்ன நினைப்போம்? ‘அடடா, ஏதோ தெய்வக் குற்றம் நிகழ்ந்துவிட்டது, அல்லது, யாரோ என் குழந்தையைத் துன்புறுத்தப் பார்க்கிறார்கள்’ என்றுதானே?

அந்தக் காலத் தாய்மார்களும் தங்கள் மகளின் 'காதல் நிலை'யைக் கண்டு அப்படியொரு தீர்மானத்துக்குத்தான் வந்தார்கள், 'ஏதோ தெய்வக் குற்றம். அதைப் போக்குவதற்கான பரிகாரம் செய்யவேண்டும்' என்ற திசையில்தான் அவர்களின் சிந்தனை சென்றது.

அதனால், அவர்கள் இறைவனை வழிபடும் வெறியாடலுக்கு ஏற்பாடு செய்கிறார்கள், இதற்கெனத் தனியான களன் அமைத்து, வழிபாடுகளைச் செய்து, வெள்ளாட்டைப் பலி கொடுக்கிறார்கள், பின்னர் நன்னீரில் அவளைக் குளிக்கச் சொல்கிறார்கள்.

இதையெல்லாம் பார்த்த மகள் சொல்கிறாள், 'என் அன்புக்குரிய அம்மா, நீ சொல்வதையெல்லாம் நான் மறுக்காமல் செய்கிறேன். ஆனால் என்னுடைய ஒரே ஒரு கேள்விக்குமட்டும் நீ பதில் சொல்.'

அவளுடைய தாய்க்கு இப்போதும் விஷயம் புரியவில்லை, 'என்னடி கேட்கப்போகிறாய்?' என்று அதட்டுகிறாள்.

அழுத்தமான குரலில் பேசுகிறாள் மகள், 'அம்மா, சினம் மிக்க வேலுடன் போர்க்களங்கள் பலவற்றைக் கண்டவன், வெற்றி கொண்டவனான சேரன் கோதையை நான் காதலிக்கிறேன். அந்தக் காதலால் உண்டான இந்த நோய் கடவுளை வழிபட்டு நீராடுவதால் போய்விடுமா என்ன?'

காராட்டு உதிரம் தூஉய் அன்னை களன் இழைத்து

நீராட்டி நீங்கு என்றால் நீங்குமோ போராட்டு

வென்று களம் கொண்டு வெம் சின வேல் கோதைக்(கு) என்

நெஞ்சு களம் கொண்ட நோய்.

(காராடு => வெள்ளாடு

உதிரம் => இரத்தம்

தூஉய் => தூவி

களன் => தெய்வத்துக்கான பூஜை / வெறியாடல் நடைபெறும் இடம்

போராட்டு => போரில் பங்குபெற்று

வெம் சின வேல் => சினம் மிக்க வேல்)

21. சேரனிடம் செல்வோம்

வளம் மிகுந்த மாந்தை நகரத்தின் தலைவன் சேரன். அவனுடைய ஆட்சியில் எல்லாரும் எல்லா நலன்களும் பெற்று மகிழ்ச்சியாக வாழ்கிறார்கள்.

ஆனால், இந்தப் பெண்ணுக்குமட்டும் ஒரு பெரிய மனக்கவலை. அந்தக் கவலைக்குக் காரணம், அரசன் சேரன்தான்.

அவன்மேல் காதல் கொண்டவள் இந்தப் பெண், இப்போது அவனைச் சேரும் வழியறியாமல் தவிக்கிறாள்.

இவளுடைய சிக்கலை அறிந்த ஒரு தோழி இவளை அணைத்து ஆறுதல் சொல்கிறாள், ‘நெற்றியில் அழகிய பொட்டு ஒளிவிடுகின்ற என் தோழியே, நமக்கு ஒரு சிக்கல் என்றால், நமக்கு ஒரு மனக்குறை தோன்றினால் நாம் அதை நம்முடைய மன்னனிடம்தான் சொல்லவேண்டும். அதுதான் இந்த உலகத்தின் வழக்கம்’ என்கிறாள்.

‘அவன் இந்த நாட்டுக்கு அரசனாக இருக்கலாம். ஆனால், அவனுடைய ஆட்சியில் வாழும் ஒரு பெண் அவனை அணுகித் தன்னுடைய சிக்கலைச் சொல்லும்போது அதைத் தீர்த்துவைக்கவேண்டியது அவனுடைய கடமை’ என்று வலியுறுத்துகிறாள் அவள்.

இப்படிப் பலவிதமான ஆறுதல் மொழிகளைப் பேசி, தொடர்ந்து அழுதுகொண்டிருக்கும் அந்தக் காதலியின் கண்ணீரைத் துடைத்து, ‘தோழி, நீ என்னோடு புறப்படு. நாம் அரசன் சேரனிடம் சென்று

நம்முடைய மனக்குறையை எடுத்துச்சொல்வோம், உன் காதலன் சேரனுடன் உன்னைச் சேர்த்துவைக்கும்படி அவனைக் கேட்போம்' என்று ஒரு நல்ல உத்தியைச் சொல்கிறாள் இந்தத் தோழி.

மல்லல் நீர் மாந்தையார் மாக்கடுங்கோக்கு ஆயினும்

சொல்லவே வேண்டும் நம குறை நல்ல

திலகம் கிடந்த திருநுதலாய்; அஃதால்

உலகம் கிடந்த இயல்பு.

(மல்லல் => வளமை / செல்வம்

கோ => அரசன்

நம குறை => நம் குறைகள்

நுதல் => நெற்றி

அஃதால் => அதுதான்

உலகம் கிடந்த இயல்பு => உலக நடைமுறை)

பகுதி 2 : சோழன்

22. இவன் யாரோ!

முதன்முதலாகச் சோழ அரசனைப் பார்க்கும் ஒரு பெண் 'யார் இந்தப் பேரழகன்!' என்று வியப்பதாக இந்தப் பாடல் அமைந்துள்ளது.

அதற்குமுன் சோழனைப் பார்த்து அறிந்திராத அந்தப் பெண் தனக்குத் தெரிந்த பெருமைக்குரிய மற்றவர்களை நினைத்துப்பார்க்கிறாள், 'ஒருவேளை, இவன் அவனாக இருப்பானோ' என்று விதவிதமாகக் கற்பனை செய்கிறாள்.

முதலாவதாக அவள் நினைவுக்கு வருவது, வானத்துத் தேவர்களின் தலைவனாகிய இந்திரன். சோழனின் அழகைப் பார்த்து மயங்கி, 'இவன்தான் அந்த இந்திரனோ?' என்று எண்ணுகிறாள் அவள்.

உடனடியாக அவளுடைய கேள்விக்குப் பதிலும் கிடைத்துவிடுகிறது. 'இந்திரனுக்கு ஆயிரம் கண்கள் உண்டு. ஆனால் இந்த அழகனுக்கு இரண்டே கண்கள்தான் இருக்கின்றன. அதனால் இவன் இந்திரன் இல்லை.'

அடுத்ததாக, காளையை ஊர்தியாகக் கொண்டு எழுந்தருள்கின்ற சிவபெருமானை நினைக்கிறாள் அவள், 'ஒருவேளை, சிவபெருமான்தான் இங்கு என்முன்னே வந்திருக்கிறாரோ?'

'ம்ஹூம், இல்லை' என்று உடனடியாகத் தெளிகிறாள் அந்தப் பெண், 'சிவபெருமானின் தலையில் பிறை உண்டு. ஆனால் இவன் தலையில் பிறை இல்லை. அதனால் இவன் சிவனும் இல்லை.'

மூன்றாவதாக, கோழிக் கொடியைத் தாங்கிய முருகனை எண்ணிக்கொள்கிறாள் அந்தப் பெண். 'முருகன்' என்றால் 'அழகு' என்று சொல்வார்கள். ஒருவேளை, இந்தப் பேரழகன் முருகன்தானோ?

இந்தக் கேள்வி தோன்றிய மறுவிநாடி அவளே பதிலும் சொல்லிக்கொள்கிறாள், 'இல்லை. முருகனுக்கு ஆறு முகங்கள். ஆனால் இவனுக்கோ ஒரே ஒரு முகம்தான். அதனால் இவன் முருகனும் இல்லை.'

இப்படிப் பலவிதமாக எண்ணிக் குழம்பியபிறகு கடைசியில் ஒரு தீர்மானத்துக்கு வருகிறாள் அந்தப் பெண், 'இந்திரனும் இல்லை. சிவபெருமானும் இல்லை. முருகனும் இல்லை. மற்ற அழகுத் தேவர்களெல்லாம் இல்லை. அப்படியானால் இந்த அழகன் கடல் சூழ்ந்த இந்த உலகத்தை ஆளும் சோழ மன்னனாகத்தான் இருக்கவேண்டும்'

சோழனின் அழகு அவ்வளவு சிறப்பானது, வானுலகத் தேவர்கள், தெய்வங்களின் அழகிற்கு இணையானது.

இந்திரன் எனின் இரண்டே கண்; ஏறு ஊர்ந்த

அந்தரத்தான் என்னின் பிறை இல்லை - அந்தரத்துக்

கோழியான் என்னின் முகன் ஒன்றே; கோதையை

ஆழியான் என்று உணரப்பாற்று.

(ஏறு => காளை,

ஏறு ஊர்ந்த => காளையின்மீது பயணம் செய்த,

அந்தரத்தான் => வானத்தில் வாழும் இறைவர் (சிவபெருமான்)

கோழியான் => கோழிக் கொடியைக் கொண்ட முருகர்

ஆழியான் => கடல் சூழ்ந்த உலகத்தை ஆள்பவன் / சோழன்)

23. சோழன் குடை

போர்கள் அனைத்திலும் வெற்றி காணும் சோழ மன்னனின் ஆட்சி இந்த உலகத்துக்கே பாதுகாப்பாக இருக்கிறது. அந்தச் சோழ அரசின் விரிவும் மக்களுக்கு அது தரும் பாதுகாப்பு உணர்வும் இந்தப் பாடலில் விளக்கப்படுகின்றன.

மழை வரும்போது ஒரு பெரிய குடையின்கீழ் மக்கள் அச்சமின்றி இருப்பதுபோலச் சோழனின் வெண்கொற்றக் குடை இந்த உலகத்தைப் பாதுகாப்பாக வைத்திருக்கிறது.

அந்தக் குடையின் கைப்பிடிக் காம்பு எது தெரியுமா? வானத்தை முட்டுமளவு வளர்ந்து நிற்கிற 'மந்தரகிரி' எனப்படும் மந்தர மலைதான்.

குடையின் விரிந்த ஓலைப்பகுதியாக நீல மணிபோன்ற வானம் திகழ்கிறது.

வானத்தில் மின்னும் வெண்ணிலவு அந்தக் குடையில் வைக்கப்பட்டிருக்கும் பொட்டாகத் தெரிகிறது.

இப்படி மந்தர மலையைக் கைப்பிடியாகவும், வானத்தை ஓலையாகவும், வெண்ணிலவைப் பொட்டாகவும் கொண்ட சோழனின் வெண்கொற்றக் குடை கடலால் சூழப்பட்டிருக்கும் இந்த உலகத்தின் உயிர்களுக்கெல்லாம் நிழல் தந்து அவர்களைப் பாதுகாக்கிறது.

மந்தரம் காம்பா மணி விசும்பு ஓலையாத்

திங்கள் அதற்கு ஓர் திலகமா, எங்கணும்

முற்று நீர் வையம் முழுதும் நிழற்றுமே

கொற்றப் போர்க் கிள்ளி குடை.

(காம்பா => கைப்பிடியாக

விசும்பு => வானம்

ஓலையா => விரிந்த பரப்பாக

எங்கணும் => எல்லா இடங்களிலும்

முற்று => முற்றுகையிடுகிற / சூழ்ந்துகொள்ளுகிற

நிழற்றுமே => நிழல் தருமே

கொற்றம் => வெற்றி / வீரம் / வலிமை)

24. இன்னோர் ஒலி

சோழ நாட்டில் எப்போதும்போல் நல்ல விளைச்சல்.

வயல்களெங்கும் செழித்து வளர்ந்துள்ள தானியங்களை உழவர்கள் அறுவடை செய்து, களத்தில் குன்றுபோல் குவித்திருக்கிறார்கள். இரவுப்பொழுதில் காவல் உழவர்கள் அதை முறையாகப் பாதுகாக்கிறார்கள்.

மறுநாள் காலை, மீண்டும் வேலை தொடங்கவேண்டிய நேரம். அதனால் அந்தக் காவல் உழவர்கள் களத்தில் உள்ள வைக்கோல் போரின்மீது ஏறி மற்ற உழவர்களை அழைக்கும்படி ஆரவாரமாக ஒலி எழுப்புகிறார்கள்.

அதிகாலையில் எழுகின்ற அந்த மங்கல ஒலியைக் கேட்கும்போது புலவருக்கு வேறோர் 'ஒலி' நினைவுக்கு வருகிறது.

சோழ அரசன் கிள்ளி போர்க்களத்தில் எதிரிகளோடு சண்டையிடும்போது, பகைவர்களைக் கொல்லுகின்ற அவனுடைய பட்டத்து யானையின்மீது அமர்ந்துகொண்டு எமனையே கூவி அழைப்பானாம்.

எமனை ஏன் அழைக்கவேண்டும்?

போரில் சோழனால் கொன்று குவிக்கப்படுகிற எதிரி நாட்டு வீரர்களின் உயிர்களைக் கவர்ந்து செல்வதற்காகத்தான்.

உழவர்கள் எழுப்புகிற இந்த ஒலி போர்க்களத்தில் சோழன் செய்கின்ற அந்த வீர ஒலியை நினைவுபடுத்துவதாக ஒப்பிடுகிறது இந்தப் பாடல்.

காவல் உழவர் களத்து அகத்துப் போர் ஏறி

நாவலோஒ! என்று இசைக்கும் நாள் ஓதை காவலன் தன்

கொல் யானை மேலிருந்து கூற்று இசைத்தால் போலுமே

நல் யானைக் கோக்கிள்ளி நாடு.

(களத்து அகத்து => களத்தில் இருந்து

போர் => வைக்கோல் போர்

நாவல் => உழவர்கள் மகிழ்ச்சியால் எழுப்பும் ஒலி

ஓதை => ஆரவாரம்

கொல் யானை => (பகைவர்களைக்) கொல்லுகின்ற யானை

கூற்று => எமன்

இசைத்தால்போல் => ஒலி எழுப்புவதுபோல்

கோக்கிள்ளி => (சோழ) அரசன் கிள்ளி)

25. தரையில் வானவில்

சோழன் ஆட்சியில், உறந்தை நகரில் நிகழும் ஓர் அழகான காட்சி இந்தப் பாடலில் விளக்கப்படுகிறது.

வளம் மிகுந்த உறந்தை நகரத்தில் ஒரு காலை வேளை.

அந்த நகரின் கடை வீதியெங்கும் பூ மாலைகளையும் இதர அழகுபடுத்தல்களையும் செய்து விற்கிறவர்கள் நிறைந்திருக்கிறார்கள். அவர்கள் அந்த வழியாகச் செல்லும் மக்களைப் பார்த்துத் தங்களின் மாலைகளை வாங்கிச் செல்லும்படி உரக்கக் கூவிக்கொண்டிருக்கிறார்கள்.

இப்படி ஒருபக்கம் விற்பனையிலும் விளம்பரத்திலும் ஈடுபட்டிருக்கும்போதுகூட, அவர்களின் கைகள் அடுத்த மாலையைக் கட்டிக்கொண்டிருக்கின்றன.

தரமான மாலைகளை மட்டுமே செய்து விற்கிற அந்தக் கலைஞர்கள் எப்போதும் மிகச் சிறந்த பூக்களைத்தான் தேர்ந்தெடுத்துக் கட்டுகிறார்கள். சுமாரான, வண்ணம் குறைந்த, வாடிய, அல்லது சற்று உதிர்ந்த பூக்களையெல்லாம் அவர்கள் மாலையில் சேர்ப்பதில்லை, உடனடியாக வீசி எறிந்துவிடுகிறார்கள். இவ்வாறாக அவர்கள் வீசி எறிந்த பூக்கள் சாலையெங்கும் நிறைந்து குவிந்திருக்கின்றன. ‘வேண்டாம்’ என்று விலக்கிய பூக்களே இப்படிக் குவிந்திருக்கின்றன என்றால் அந்த நாட்டின் வளம் எப்படிப்பட்டது என்று நாம் கற்பனை செய்து பார்க்கலாம்.

உறந்தை நகர் வீதியில் பல வண்ணப் பூக்கள் இப்படி மொத்தமாகச் சிதறியிருப்பதைப் பார்க்கும்போது, வானத்தில் தோன்றுகிற அந்த வானவில்லே தரையில் உதித்துவிட்டதுபோல் தெரிகிறது.

மாலை விலை பகர்வார் கிள்ளிக் களைந்த பூச்

சால மிகுவது ஓர் தன்மைத்தாய்க் காலையே

வில் பயில் வானகம் போலுமே வேல் வளவன்

பொற்பு ஆர் உறந்தை அகம்.

(பகர்வார் => சொல்பவர்கள்

சால => நிறைய

மிகுவது => கூடுவது, பெருகுவது

வில் பயில் வானகம் => வானவில் தோன்றும் வானம்

பொற்பு ஆர் => அழகு நிறைந்த)

26. கூட்டமோ கூட்டம்

உறந்தை நகரில் வாழும் சோழனின் அரண்மனையில் ஏகப்பட்ட கூட்டம்.

ஒருவரோடு ஒருவர் நெருக்கியடித்துக்கொண்டு அங்கு நிற்கிறவர்கள் எல்லாரும் பொதுமக்கள் இல்லை, சோழனின் ஆட்சிக்கு உட்பட்ட குறுநில மன்னர்கள்.

அவர்கள் இப்படி முண்டியடித்துக்கொண்டு எதற்காக இங்கு கூடியிருக்கிறார்கள்?

இன்றுதான் அவர்கள் சோழனிடம் கப்பத் தொகையை(வரி)ச் செலுத்தக் கடைசி நாள். குறிப்பிட்ட தொகையை இன்றைக்குள் செலுத்தாவிட்டால் வீணாகச் சோழனின் சினத்துக்கு ஆளாக நேரிடும். நாளைக் காலை அவர்கள்மேல் போர் தொடுத்துவிடுவான் சோழன். அதன்பின் அவர்கள் அழிந்துபோகவேண்டியதுதான்.

அந்த அச்சத்தில்தான் இந்த மன்னர்களெல்லாம் கூட்டம் கூட்டமாகச் சோழனின் அரசவையில் கூடியிருக்கிறார்கள், சோழனை நேரில் பார்த்து வரியைச் செலுத்திவிட்டுக் கவலையில்லாமல் திரும்பிச் செல்கிறார்கள்.

இப்படி வருகிறவர்களைச் சோழனின் அரண்மனைக் காவலர்கள் ஒழுங்குபடுத்தி, வரிசையில் அனுப்புகிறார்கள். 'மன்னர்களே, உங்களுக்கு என்ன ஆயிற்று? ஏன் இப்படி ஒருவரையொருவர் தள்ளிக்கொண்டு முண்டியடிக்கிறீர்கள்?' என்று கேலியாகக் கேட்கிறார்கள் அவர்கள், 'இன்னும் நேரம் இருக்கிறது. பொறுமையாக, ஒருவர்பின் ஒருவராக வரிசையில் வந்து கப்பம் செலுத்துங்கள்.'

'நேற்றும் இப்படித்தான் பல மன்னர்கள் சோழனைப் பார்க்கவும் கப்பம் செலுத்தவும் வந்திருந்தார்கள். அவர்கள் மொத்தமாகச் சோழனின் பாதங்களில் பணிந்து கப்பத்தைச் செலுத்தியபோது, அவர்கள் அணிந்திருந்த மணிமுடிகள் சோழனின் காதில் குத்திவிட்டன. அதன்பிறகு, இன்னும் பல மன்னர்கள் இதேபோல் செய்ய, சோழனின் கால் உங்களைப்போன்ற மன்னர்களுடைய மணிமுடிகள் குத்திய காயத்தால் புண்ணாகிவிட்டது. அந்தக் காயம் இன்னும் ஆறவில்லை.'

'அதனால்தான் சொல்கிறோம், கொஞ்சம் பொறுமையுடன் வரிசையில் வாருங்கள். குளிர்ச்சியான அருளுடைய சோழனைப் பாருங்கள். சற்று எட்ட நின்று அவனுடைய கால் காயத்தைத் தொந்தரவு செய்யாமல் பணிந்து, வணங்கி, உங்கள் கப்பத்தைச் செலுத்திவிட்டுச் செல்லுங்கள்.'

எண்ணற்ற குறுநில மன்னர்களைப் போரில் வென்று தன் ஆட்சிக்குட்பட்டவர்களாக வைத்திருந்தான் பேரரசன் சோழன். அந்தச் செய்தி இந்தப் பாடலில் பெருமையுடன் சுட்டிக்காட்டப்படுகிறது.

நின்று ஈமின் மன்னீர் நெருநல் திறை கொணர்ந்து

முன் தந்த மன்னர் முடி தாக்க இன்றும்

திருந்து அடி புண் ஆகிச் செவ்வி இலனே

பெரும் தண் உறந்தையார் கோ.

(ஈமின் => கொடுங்கள்

மன்னீர் => மன்னர்களே

நெருநல் => நேற்று

திறை => வரி

கொணர்ந்து => கொண்டுவந்து

திருந்து அடி => அழகிய பாதங்கள்

செவ்வி இலன் => அழகு / நலம் கெட்டவன்

தண் => குளிர்ச்சி

கோ => தலைவன்)

27. கிள்ளியின் யானை

அந்தக் காலத்தில் மன்னர்கள் தங்களின் கோட்டைகளைப் பாதுகாக்கப் பலவிதமான ஏற்பாடுகளைச் செய்திருந்தார்கள்.

அவற்றில் முதலாவது, கோட்டைக்கு வெளியில் ஓடும் ஆழமான அகழி. எதிரிகள் அதில் நீந்தித் திரியும் பசித்த முதலைகளைத் தாண்டினால்தான் கோட்டையை நெருங்கவே முடியும்.

அகழியை அடுத்து இன்னொரு பாதுகாப்பு, கோட்டையின் மதில் சுவரில் அயில் கதவம், எயில் கதவம் ஆகிய கதவுகள் பொருத்தப்பட்டிருக்கும்.

'அயில்' என்பது ஈட்டி அல்லது சூலத்தைக் குறிக்கிறது. கோட்டையின் வெளிச்சுவரில் பொருத்தப்பட்டுள்ள இந்தக் கதவில் பல ஈட்டி முனைகள் நெருக்கமாகப் பொருத்தப்பட்டிருக்கும், நிறுத்திவைக்கப்பட்ட முள் படுக்கையைப்போல.

கதவில் ஈட்டி முனைகளைப் பொருத்துவதால் என்ன பயன்?

எதிரி நாட்டுப் படையினர் தங்களின் யானைகளைக் கொண்டுவந்து இந்தக் கதவின்மீது மோதித் திறக்க முயன்றால், கதவில் உள்ள ஈட்டி முனைகள் யானைகளின் முகத்தில் குத்தும். வலி பொறுக்கமுடியாமல் யானைகள் ஓடிப்போய்விடும்.

ஒருவேளை, அவர்கள் எப்படியோ இந்த அயில் கதவத்தைத் திறந்து உள்ளே நுழைந்துவிட்டால், கோட்டையில் உள்புறச் சுவரில் 'எயில் கதவம்' என்ற இன்னொரு வலுவான கதவு காத்திருக்கும். இதையும் திறந்தால்தான் கோட்டையினுள் நுழையமுடியும்.

இப்படிப் பாதுகாப்பான ஏற்பாடுகளைப் பெரும்பாலான மன்னர்கள் செய்துவைத்திருக்கிறார்கள். ஆனால், கொடுமையான, சினம் மிகுந்த வேலைக் கொண்ட எங்கள் தலைவன் சோழனின்மீது பகை கொண்ட மன்னர்களை இந்த ஏற்பாடுகள் எவற்றாலும் காப்பாற்றமுடியாது.

அதோ பாருங்கள், சோழனின் வீரம் மிக்க யானை போர்க் களத்தினுள் மின்னலெனப் பாய்கிறது, அயில் கதவத்தின்மீது பாய்ந்து அதை உலுக்கித் திறக்கிறது, அதே வேகத்தில் உள்ளே நுழைந்து வலிமையான எயில் கதவத்தைத் தன்னுடைய தந்தங்களால் குத்திப் பிளந்துவிடுகிறது.

கதவுகள் திறந்ததும், இரு நாட்டு வீரர்கள் ஒருவரோடொருவர் மோதிக்கொள்ளும் கடுமையான போர் தொடங்குகிறது. அவற்றினிடையே சோழனின் போர் யானை அழகாக நிற்கிறது. அதன் தந்தத்தில் குத்திய கதவு அங்கேயே சிக்கிக்கொண்டிருக்கிறது.

கடல்போல் பரந்து விரிந்த படைகளுக்கிடையில் இந்த யானையும் கதவும் தனித்து நிற்கிற காட்சியைப் பார்க்கும்போது, பனிக்கடலில் ஒரு பாய்மரக் கலம் ஓய்ந்து நிற்பதுபோல் தெரிகிறது.

அயில் கதவம் பாய்ந்து உழக்கி ஆற்றல் சால் மன்னர்
எயில் கதவம் கோத்து எடுத்த கோட்டால் பனிக்கடலுள்
பாய்ந்து ஓய்ந்த நாவாய்போல் தோன்றுமே எம் கோமான்
காய் சின வேல் கிள்ளி களிறு.

(அயில் => ஈட்டி

கதவம் => கதவு

உழக்கி => மிதித்து / கலக்கி / சிதைத்து

ஆற்றல் சால் => ஆற்றல் நிறைந்த

எயில் கதவம் => அயில் கதவத்திற்குப்பின் உள்ள கதவு

கோத்து => குத்தி

கோடு => கொம்பு / தந்தம்

நாவாய் => மரக்கலம்

கோமான் => அரசன்

காய் சின வேல் => கொடிய, சினம் மிகுந்த வேலைக் கொண்ட

களிறு => ஆண் யானை)

28. யானையின் நாணம்

சென்ற பாடலில் கிள்ளியின் யானை போர்க்களத்தில் செய்த வீரச் செயல்களைப் பார்த்தோம்.

இப்போது, போர் முடிந்துவிட்டது. வெற்றி மாலை சூடிய சோழனின் வீரர்களோடு யானைகளும் குதிரைகளும் நாடு திரும்பின.

சோழனின் ஆண் யானை (களிறு) அதன் காதலியாகிய பெண் யானையைப் (பிடி) பார்ப்பதற்காகச் செல்கிறது, ரொம்ப நாளாகப் பிரிந்திருந்ததால் இந்தக் காலக் காதலர்களைப்போல உரத்த குரலில் காதல் பாட்டுகள் பாடிக்கொண்டு மிகுந்த ஆவலோடு அதைத் தேடி ஓடுகிறது.

ஆனால், அந்தப் பெண் யானையின் வீட்டு வாசலுக்குச் சென்றதும் இந்த ஆண் யானை தயங்கி நின்றுவிடுகிறது. அதற்குமேல் நடக்கமுடியாததுபோல் அங்கேயே வெட்கப்பட்டு நின்றுகொள்கிறது.

ஏன்?

போரின்போது அந்த யானை எதிரி நாட்டின் கோட்டைச் சுவர்களில் மோதி மோதி, கொடி பறக்கும் அந்த மதில்களைச் சாய்த்திருக்கிறது. அதனால் அதன் அழகான தந்தம் உடைந்துபோயிருக்கிறது.

அதுமட்டுமா? பகை அரசர்களின் மணிமுடிகளைத் தனது கால்களால் இடறி இடறி அதன் கால் நகமும் தேய்ந்திருக்கிறது.

'தந்தம் உடைந்து, நகம் தேய்ந்து, இப்படி அழகில்லாத நிலையில் நான் எப்படி என் காதலியைப் பார்ப்பேன்?' என்று வெட்கப்பட்டுக்கொண்டு அந்த யானை புறக்கடையிலேயே தயங்கி நிற்கிறது.

போரில் இப்படிப்பட்ட காயங்கள் உண்டாவது இயல்புதான். ஆனால் காதலியைப் பார்க்கத் தயங்கும் யானையின் நாணத்தின்மீது இந்தச் செய்தியை அழகாக ஏற்றிச் சொல்வதால் அந்தப் போரின் கடுமையையும் தீவீரமாகப் போரிட்ட சோழன் யானையின் வீரத்தையும் சிறப்பாக வெளிப்படுத்துகிறது இந்தப் பாடல்.

கொடி மதில் பாய்ந்து இற்ற கோடும், அரசர்

முடி இடறித் தேய்ந்த நகமும், பிடி முன்பு

பொல்லாமை நாணிப் புறக்கடை நின்றதே

கல்ஆர் தோள் கிள்ளி களிறு.

(இற்ற => முறிந்த

கோடு => தந்தம்

பிடி => பெண் யானை

பொல்லாமை => தீமை

புறக்கடை => வெளிப்பக்கம்

கல்ஆர் தோள் => கல்போன்ற தோள்

களிறு => ஆண் யானை)

29. மிதிபட்ட நகரங்கள்

உறையூரைச் சேர்ந்த சோழன் கிள்ளியின் போர் யானையைப்பற்றிய அழகிய பாடல் இது.

அதிகாலையில் உறையூரிலிருந்து கிளம்பிய அந்த யானை முதலில் காஞ்சி நகருக்குச் சென்றது, அதை ஒரு காலால் மிதித்தது. அதாவது, அந்த நாடு சோழனுக்கு உரிமையானது.

அடுத்ததாக அந்த யானை நீர் அலைகள் தத்திக் குதிக்கும் குளிர்ச்சியான உஜ்ஜயினி நகருக்குச் சென்றது, அதை இன்னொரு காலால் மிதித்தது.

அதன்பின்னர், அது கடலைக் கடந்து இலங்கையை, அதாவது ஈழத்தையும் ஒரு காலால் மிதித்தது.

இப்படியாக எல்லா நாடுகளையும் தன் காலால் மிதித்து வெற்றி கண்டபின் உறையூர் நகருக்குத் திரும்பியது அந்த யானை.

அந்தக் காலத்தில் அரசர்கள் வெவ்வேறு நாடுகளுக்குப் பயணம் செய்து, அந்நாட்டு மன்னர்களுடன் போரிட்டு, வென்று, தங்களின் அரசாட்சியை விரிவுபடுத்திக்கொள்வார்கள். சோழன் கிள்ளி காஞ்சி, உஜ்ஜயினி, இலங்கை ஆகிய பகுதிகளை வென்றவன். அந்தச் செய்தியை இந்தப் பாடல் சோழனின் யானையைக் குறிப்பிட்டு உணர்த்துகிறது.

கச்சி ஒரு கால் மிதியா, ஒரு காலால்

தத்து நீர்த் தண் உஞ்சை தான் மிதியாப் பிற்றையும்

ஈழம் ஒரு கால் மிதியா வருமே நம்

கோழியர்கோக் கிள்ளி களிறு.

(கச்சி => காஞ்சி நகரம்

மிதியா => மிதிக்கும்

தத்து => தத்திக் குதிக்கும்

தண் => குளிர்ச்சியான

உஞ்சை => உஜ்ஜயினி நகரம்

பிற்றை => பின்னர்

கோழியர் => உறையூரைச் சேர்ந்தவர்கள்

கோ => அரசன்

களிறு => ஆண் யானை)

30. போர்க்களத்தில் ஒரு விளக்கு

'வீரப் போர்' என்று நாம் போகிற போக்கில் சொல்லிவிடுகிறோம். ஆனால், அதில் பல உயிர்கள் பலியாவதும் மேலும் பலருக்கு ஊனங்கள் ஏற்படுவதும் வீரத்தின் இன்னொரு பக்கத்தை எடுத்துக்காட்டுவதாக அமைகின்றன.

ஆனால், அந்தக் காலத்தில் ஓர் அரசனின் புகழைச் சொல்லும்போது அவன் செய்த போர்கள் எத்தனை பெரியவை என்றுதான் சொல்வார்கள். அந்தப் போர்களில் இறந்துபோன (எதிரி நாட்டு) வீரர்களின் எண்ணிக்கையையும் தவறாமல் சொல்வார்கள்.

வெறும் எண்ணிக்கையைச் சொல்லிவிட்டால் போதுமா? அந்தப் போர்க்களத்தின் கொடுமைகளை ஒவ்வொரு காட்சியாகக் கேட்பவருக்கு அச்சம் தரும்வகையில் விளக்கிச் சொன்னால்தான் அந்தப் புகழ்ச்சி முழுமையடைவதாகப் பொருள். அதைக் கேட்பவர்கள் எல்லாரும் 'ஆ! இந்த அரசன் இவ்வளவு வீரம் நிறைந்தவனா! இனிமேல் இவனிடம் ஏதும் வம்பு வைத்துக்கொள்ளக்கூடாது. இவனைப் பகைத்துக்கொண்டால் நாளைக்கு நம்முடைய நிலைமையும் இப்படி ஆகிவிடக்கூடும்!' என்று அஞ்சி நடுங்கவேண்டுமெனப் புலவர்களோ அந்த அரசர்களோ விரும்பியிருக்கிறார்கள்.

'பரணி' வகைப் பாடல்கள் முற்றிலும் இந்த வகையில் அமைந்தவைதான். இதற்குப் புகழ் பெற்ற ஓர் எடுத்துக்காட்டு, கலிங்கத்துப் பரணி.

இந்த முத்தொள்ளாயிரப் பாடல் சோழனின் போர்க்களம் ஒன்றை நடுக்கமூட்டும் முறையில் விளக்குகிறது.

நள்ளிரவு நேரம். 'செம்பியர்' குலத்தில் வந்த சோழன் போரிட்ட களத்தில் இப்போது பேய்கள்தான் நிறைந்திருக்கின்றன. பொழுதுபோகாமல் விளக்கு கொளுத்தி விளையாடிக்கொண்டிருக்கின்றன அந்தப் பேய்கள்.

போர்க்களத்தில் ஏது விளக்கு?

அந்தக் களத்தின் தரையெங்கும் சோழனால் கொல்லப்பட்ட பகை நாட்டு மன்னர்களின் தலைகள் சிதறியுள்ளன. ஆங்காங்கு மண்டையோடுகள் இறைந்து கிடக்கின்றன. அந்த வெண்ணிற ஓடுகளில் அவர்களின் சிதைந்த மூளையை எண்ணெயாக நிரப்பி, அவர்களுடைய குடலையே திரியாக அமைத்து விளக்கு எரிக்கின்றன அந்தப் பேய்கள்.

சோழன் போரிடும் களங்கள் மாறலாம், எதிரிகள் மாறலாம், படைக்கருவிகள் மாறலாம், போர் நுணுக்கங்கள் மாறலாம்... இப்படி எது வேண்டுமானாலும் மாறக்கூடும். ஆனால், ஒன்றுமட்டும் எப்போதும் மாறாது. சோழனின் போர்க்களங்கள் அனைத்திலும் இரவானால் இந்தக் காட்சிதான். கும்மிருட்டில், மண்டையோட்டில் இறைச்சியை நிரப்பி விளக்கு எரிக்கும் பேய்கள்.

முடித் தலை வெள்ளோட்டு மூளை நெய் ஆகத்

தடித்த குடர் திரியா மாட்டி எடுத்து எடுத்துப்

பேஎய் விளக்கு அயரும் பெற்றித்தே செம்பியன்

சேஎய் பொருத களம்.

(வெள்ளோடு => வெள்ளை நிற (மண்டை) ஓடு

குடர் => குடல்

திரியா மாட்டி => திரியாகச் செய்து / கொளுத்தி

பேஎய் => பேய்

அயரும் => செய்யும் / (விளக்கு) ஏற்றும்

பெற்றித்தே => அப்படிப்பட்டது

செம்பியன் => சோழர் குலத்தைக் குறிக்கும் சொல்

சேஎய் => சேய்

பொருத => சண்டையிட்ட)

31. காட்டில் வாழ்க்கை

செம்பியர் குலத்தில் வந்த சோழனைத் தலைவனாக ஏற்றுக்கொண்டவர்கள் எல்லாரும் நல்லபடியாகப் பிழைத்து வாழ்வார்கள். ஆனால், அவனைப் பகைத்துக்கொண்டவர்களின் நிலைமை மிக மோசமாகிவிடும்.

மிக மோசம் என்றால்? அதை இன்னும் கொஞ்சம் விளக்கமுடியுமா?

சோழன் தன்னுடைய பகைவர்களின்மீது உடனடியாகப் பகையெடுத்து வெல்லுகின்ற சுறுசுறுப்பான வீரன். எதிரிகளை ஒருவர்கூட மிச்சம் வைக்காமல் கொன்று வீழ்த்திவிடுவது அவனுடைய பழக்கம்.

ஆனால் சோழனுக்குள்ளும் ஒரு துளி இரக்கம் உண்டு. தவறு செய்யாதவர்களைக் கொல்கிற பழக்கம் அவனுக்கு இல்லை. இதன்படி, அந்த எதிரி நாட்டு அரசனுடைய வீட்டிலிருக்கும் பெண்களையும், குழந்தைகளையும் அவன் தாக்கமாட்டான். நிலை தடுமாறி நிற்கும் அவர்களைப் பக்கத்திலுள்ள காட்டினுள் விரட்டிவிடுகிறார்கள் சோழனின் படை வீரர்கள். அதுவரை மாளிகைகளில் வசதியாக வாழ்ந்து பழக்கப்பட்ட அந்தப் பெண்களும் குழந்தைகளும் அதன்பிறகு காட்டின் கொடுமையான சூழலைச் சமாளித்துத் தங்களின் வாழ்க்கையை ஓட்டியாகவேண்டும்.

அப்படிக் காட்டினுள் விரட்டப்பட்ட பெண்களில் சிலர் கருவுற்றிருக்கிறார்கள். அந்தக் கானகத்திலேயே அவர்களுக்குக்

குழந்தைகளும் பிறக்கின்றன. அந்தக் குழந்தைகளின் நிலைமையைச் சிந்தித்துப் பாருங்கள். அவை அரச வாரிசுகள்தான். ஆனால், எந்த வசதியும் இல்லாத காட்டில் பிறந்து வளரவேண்டியிருக்கிறது.

சிவந்த கால்களை உடைய அந்த இளவரசர்கள் பஞ்சு மெத்தையில் துயிலவேண்டியவர்கள். ஆனால் இப்போது அவர்கள் காய்ந்த இலைச் சருகுகளில்தான் படுத்து உறங்குகிறார்கள். அவர்களுக்குத் தாலாட்டுப் பாடக்கூட யாரும் பக்கத்தில் இல்லை. காட்டு மரமொன்றில் அமர்ந்திருக்கும் கோட்டான்தான் ஒழுங்கற்ற குரலில் உரக்கக் கத்துகிறது. அதைக் கேட்டபடி அந்தக் குழந்தைகள் தூங்குகிறார்கள்.

பாவம், அவர்களுடைய தந்தைமார்கள் செய்த தவற்றுக்கு, ஏதுமறியா இந்தப் பிள்ளைகள் துன்பம் அனுபவிக்கின்றன. அந்தத் தந்தைமார்கள் கொஞ்சம் பொறுமையோடு சிந்தித்திருந்தால், சோழனுடன் மோதாமல் அவனுடைய ஆட்சியை ஏற்றுக்கொண்டிருந்தால் இவர்களுக்கு இப்படியொரு நிலைமை வந்திருக்குமா?

இரியல் மகளிர் இலை ஞெமலுள் ஈன்ற

வரி இளம் செங்கால் குழவி அரை இரவில்

ஊமன் பாராட்ட உறங்கிற்றே செம்பியன் தன்

நாமம் பாராட்டாதார் நாடு.

(இரியல் => நிலை கெட்ட / விரைந்து சென்ற / அழுத

ஞெமல் => சருகு

குழவி => குழந்தை

ஊமன் => கோட்டான்

பாராட்ட => புகழ / தாலாட்ட)

32. சிலந்தியின் (க)வலை

ஒளி வீசுகின்ற இலையைப்போன்ற வேலைத் தாங்கியிருக்கும் சோழன் கிள்ளி 'இரேவதி' என்னும் நட்சத்திரத்தில் பிறந்தவன். அவனுடைய பிறந்தநாள் விழா நாடுமுழுவதும் பெரிய அளவில் கொண்டாடப்பட்டது.

பல நாள்களுக்கு நடைபெற்ற இந்தப் பெருவிழாவின்போது மக்கள் எல்லாரும் மகிழ்ச்சியுடன் ஆடிப் பாடித் திரிந்தார்கள். அந்தணர்கள் அரசனைச் சந்தித்து, வாழ்த்திப் பசுவும் தங்கமும் பரிசு பெற்றார்கள்.

அடுத்து, சிறந்த புலவர்கள் பலர் வந்தார்கள். பிறந்தநாள் காணும் அரசனைப் புகழ்ந்து சிறப்பான பல பாடல்களைப் பாடினார்கள் அவர்கள். மந்தர மலையைப்போன்ற மிகப்பெரிய ஆண் யானைகளை அவர்களுக்குப் பரிசளித்தான் சோழன் கிள்ளி வளவன். புலவர்கள் அந்த யானைகளின்மீது ஏறிச் செல்லும் காட்சியைப் பார்த்த மக்கள் தங்கள் அரசனின் வள்ளல்தன்மையை வாழ்த்திப் போற்றினார்கள்.

இப்படி நாடெங்கும் அரசனின் பிறந்தநாளை மகிழ்ச்சியோடு கொண்டாடிக்கொண்டிருக்கையில், சிலருக்குமட்டும் இந்தக் கொண்டாட்டத்தில் மகிழ்ச்சி இல்லை.

யார் அது? சோழனின் நல்லாட்சியில் அவனுடைய பிறந்தநாளை விரும்பாதவர்களும் உண்டா? யார் அவர்கள்?

கையில் உருப்பெருக்குக் கண்ணாடியை வைத்துக்கொண்டு நாடெங்கும் தேடிப்பார்த்தபின்னர்தான் அந்த எதிரிகள்

சிக்குகிறார்கள். சோழ நாட்டிலுள்ள வீடுகளின் மூலை, முடுக்குகளில் வலை பின்னி அந்தக் கூடுகளில் வாழும் சிலந்திகள்தான் அவை.

சோழன் பிறந்தநாள் கொண்டாடுவதற்கும் இந்தச் சிலந்திகளுக்கும் என்ன தொடர்பு? அவற்றுக்கு என்ன வருத்தம்? ஏன் வருத்தம்?

அவற்றின் வருத்தத்துக்கு ஒரு காரணம் உண்டு. அரசனின் பிறந்தநாள் விழாவுக்கென மக்கள் தங்களின் வீடுகளைத் தூய்மைப்படுத்தி அலங்கரித்தார்கள். அப்போது அவர்கள் அங்கிருந்த சிலந்தி வலைகளையெல்லாம் ஒட்டடைக் குச்சியினால் துடைத்து எறிந்துவிட்டார்கள். அதனால், ஒரே நாளில் சோழ நாட்டிலிருந்த எல்லாச் சிலந்திகளும் தங்கள் வீடுகளை இழந்துவிட்டன, வெளியில் விரட்டப்பட்டுவிட்டன.

'நாங்களும் இந்தச் சோழ நாட்டில்தானே வாழ்கிறோம்? நாங்களும் அந்தச் சோழனின் குடிமக்களைப்போல்தானே? அந்தணர்களையும் புலவர்களையும் மக்களையும் மகிழ்ச்சியாக்கும் இந்தச் சோழனின் பிறந்தநாள் எங்களைமட்டும் இப்படிக் கைவிட்டதே' என்று அந்தச் சிலந்திகள் அழுது புலம்புகின்றன.

அந்தணர் ஆவொடு பொன் பெற்றார், நாவலர்

மந்தரம்போல் மாண்ட களிறு ஊர்ந்தார், எந்தை

இலங்கு இலை கிள்ளி இரேவதி நாள் என்னோ

சிலம்பு இதன் கூடு இழந்த ஆறு.

(ஆ => பசு

நாவலர் => புலவர்கள்

மாண்ட => சிறந்த

களிறு => ஆண் யானை

ஊர்ந்தார் => ஏறிச் சென்றார்

எந்தை => என் தந்தை

இலங்கு இலை => விளங்கும் இலை

என்னோ => அடடா

சிலம்பு => சிலந்தி

கூடு => சிலந்தி வலை)

33. கதவைத் திற, காதல் வரட்டும்

தமிழர்களின் தலைவனாகிய சோழன் வீதி உலா வருகிறான். அவனுடைய தேர் வருகிற வழி நெடுகிலும் கூட்டம் ஏராளமாகக் கூடியிருக்கிறது. ஆண்களும் பெண்களும் அவனைப் பார்ப்பதற்காக முண்டியடிக்கிறார்கள்.

அந்தக் கும்பலில் ஓர் இளம் பெண். தன்னுடைய மனத்தைக் கவர்ந்த சோழன் வந்துவிட்டானா என்று தேடுவதுபோல் கூட்டத்தினிடையில் அடிக்கடி எகிறிக் குதிக்கிறாள் அவள். அவன் இன்னும் வரவில்லை என்று தெரிந்ததும் அவளுடைய முகம் வாடிவிடுகிறது.

'அரசர் பக்கத்துத் தெருவை நெருங்கிவிட்டார். இன்னும் சில நிமிடங்களில் இங்கு வந்துவிடுவார்' என்று எல்லாரும் பேசிக்கொள்கிறார்கள். ஆனால் அவளுடைய மனம் அந்தப் பேச்சையெல்லாம் ஏற்பதில்லை, எதையோ இழந்துவிட்டவள்போல் சாலையில் தேடிக்கொண்டிருக்கிறாள்.

இதையெல்லாம் பார்த்த அவளுடைய தாய்க்கு அச்சம் உண்டாகிறது. அரசன் இல்லாதபோதே அவன்மீது இத்தனை ஆசையோடு இருக்கிற இந்தப் பெண் உறந்தையர் தலைவனாகிய அவனுடைய அழகை நேரில் பார்த்தபிறகு அவன் பின்னால் போய்விடுவாளோ என்று அச்சப்படுகிறாள் அந்தத் தாய்.

அதனால், அவள் தன்னுடைய மகளைப் பிடித்து இழுத்துக்கொண்டுபோய் வீட்டினுள் அடைத்துப் பூட்டிவிடுகிறாள்.

உள்ளே அடைக்கப்பட்ட அந்தப் பெண் நடுங்குகிறாள், 'அரசர் வரும் நேரத்தில் இந்தத் தாய் என்னை இப்படி அடைத்துவைத்துவிட்டாளே' என்று பதறுகிறாள், 'அம்மா, கதவைத் திற. என்னை ஏன் அடைத்துவைக்கிறாய்?' என்று கதறியபடி கதவை வலுவாக இடிக்கிறாள். ஆனால் அப்போதும் அந்தத் தாயின் மனம் இரங்கவில்லை.

இந்த ஒலியைக் கேட்டு அக்கம்பக்கத்தில் உள்ளவர்கள் வந்து பார்க்கிறார்கள், 'என்ன ஆச்சு?' என்று விசாரிக்கிறார்கள், 'உள்ளே யார் அது கதவை உடைப்பது?'

'என் மகள்தான். சோழனைப் பார்த்து அவள் மையல் கொண்டுவிடக்கூடாதே என்பதற்காக நான் அவளை வீட்டினுள் அடைத்துவைத்திருக்கிறேன்' என்கிறாள் அந்தத் தாய்.

'அடி பைத்தியக்காரி. முதலில் கதவைத் திறந்து அவளை வெளியில் விடு' என்கிறார்கள் வந்தவர்கள்.

'அதெல்லாம் முடியாது' என்று பிடிவாதம் பிடிக்கிறாள் தாய், 'அவள் சோழனைப் பார்க்கக்கூடாது.'

'அடடா, உனக்கு ஒன்றுமே புரியவில்லை' என்று பெரிதாகச் சிரிக்கிறார் ஒரு மூதாட்டி, 'நம் ஊர்ப் பெண்கள் சோழனைப் பார்ப்பதும் அவன்மீது காதல் கொள்வதும் எப்போதும் நடக்கிற வழக்கம்தானே? அதனால் ஏதும் தவறாக நடந்துவிடாது. அப்படியே ஏதும் தவறாகிவிட்டாலும் அதைப் பின்னால் பார்த்துக்கொள்ளலாம். இப்போது முதலில் கதவைத் திறந்துவிடு' என்கிறார் அவர்.

'ஏம்மா, நீ இப்படிப் பெண்ணை அடைத்துவைத்துவிட்டாய். காதலனைப் பார்க்காத ஏக்கத்தில் அவளுடைய உயிருக்கு ஆபத்து வந்துவிட்டால் என்ன செய்வாய்?' என்று அதட்டுகிறாள் இன்னொருத்தி, 'கதவைத் திறந்து அவளை வெளியில் விடு. உறந்தையர்களின் தலைவன் சோழனை அவள் கண் குளிரப் பார்க்கட்டும்.'

இவர்கள் சொல்வதைக் கேட்டதும் தாய் அரை மனத்துடன் கதவைத் திறக்கிறாள். விடுபட்ட இளம்பெண் விறுவிறுவென்று சாலையை நோக்கி ஓடுகிறாள்.

சிறிது நேரத்தில், சோழனின் தேர் அந்தத் தெருவில் நுழைகிறது. குளிர்ந்த மாலை அணிந்த சோழனை மனமாரப் பார்த்து மகிழ்கிறாள் அந்தப் பெண்.

திறந்திடுமின், தீயவை பிற்காண்டும்; மாதர்

இறந்துபடின் ஏதம்தான் என்னாம் - உறந்தையர் கோன்

தண் ஆர மார்பின் தமிழ்நர் பெருமானைக்

கண் ஆரக் காணக் கதவு.

(திறந்திடுமின் => திறந்துவிடுங்கள்

பிற்காண்டும் => வந்தால், பிறகு பார்த்துக்கொள்வோம்

இறந்துபடின் => இறந்துவிட்டால்

ஏதம் => துன்பம் / குற்றம்

கோன் => தலைவன்

தண் => குளிர்ச்சி

ஆரம் => மாலை

தமிழ்நர் => தமிழர்)

34. மெல்ல நட

தெருவோரமாக நின்று சோழன் வளவனைப் பார்த்துக்கொண்டிருக்கிறாள் ஒரு பெண்.

நீண்ட இதழ்களைக்கொண்ட நீல நிறக் குவளை மலர்களைத் தொடுத்து மாலையாக அணிந்திருக்கிறான் சோழன். அவனுடைய அழகைக் கண்ணிமைக்காமல் ரசிக்கிறாள் அந்தப் பெண். ஆனால், அவன் ஏறி வரும் யானையைப் பார்த்ததும் அவளுக்குத் திடீரென்று சினம் பொங்குகிறது.

சினத்துக்குக் காரணம், அது ஒரு பெண் யானை.

'ஏய், நீயும் ஒரு பெண்தானே? பெண்மைக்குரிய நாணம் உனக்கில்லையே' என்று அந்த யானையைப் பார்த்து அதட்டுகிறாள் அந்தப் பெண், 'சோழன் உன்மீது அமர்ந்திருக்கிறான் என்ற திமிரில் இப்படி விறுவிறுவென்று ஓடுகிறாயே. வெட்கங்கெட்டவளே.'

இவள் திடீரென்று இப்படிச் சினம் கொள்வதைப் பார்த்ததும் அந்த யானை திகைத்துப்போகிறது. பாவம், ஆடி அசைந்து நடக்கும் அந்த யானை நினைத்தாலும் அப்படி வேகமாக ஓடமுடியுமா என்ன?

அதனால், அந்தப் பெண் யானை, 'நான் என்ன தவறு செய்துவிட்டேன்?' என்பதுபோல் அவளைப் பரிதாபமாகப் பார்க்கிறது.

'காவிரி நீர் சூழ்ந்த எங்கள் சோழ நாட்டுப் பெண்களெல்லாம் இப்படி விறுவிறுவென்று வேகமாக நடக்கமாட்டார்கள். தரைக்கு வலித்துவிடுமோ என்பதுபோல் மெதுவாக அடியெடுத்துவைத்து நடப்பதுதான் அவர்களின் பழக்கம்' என்று விளக்குகிறாள் அவள், 'நீயும் சோழ நாட்டைச் சேர்ந்த பெண்தானே? அந்தப் பெண்மை குணமெல்லாம் உனக்கு ஏன் இல்லை?'

அவளுடைய இந்த அதட்டலில் கலங்கிப்போன யானை, 'இப்போது நான் என்ன செய்யவேண்டும்?' என்று அவளைக் கேட்காமல் கேட்கிறது.

'இப்படித் தடதடவென்று ஓடாமல், மற்ற எல்லாச் சோழ நாட்டுப் பெண்களைப்போல நீயும் கொஞ்சம் மெதுவாக, பொறுமையாக நடந்து செல். அது போதும்' என்கிறாள் அவள்.

இந்த விளக்கத்தையும் கட்டளையையும் கேட்டதும் அந்த யானைக்கு எல்லாம் புரிந்துவிடுகிறது, 'நான் அப்படி மெதுவாக நடந்தால், நீங்களும் சோழனை நிறைய நேரம் பார்த்து ரசிக்கலாம். அதுதானே உங்கள் திட்டம்?' என்று நினைத்துக்கொண்டபடி தனக்குள் சிரித்துக்கொள்கிறது அந்தப் பெண் யானை.

நீள் நீலத் தார் வளவன் நின் மேலான் ஆகவும்,

நாண் நீர்மை இன்றி நடத்தியால், நீள் நிலம்

கண் தன்மை கொண்டு அலரும் காவிரி நீர் நாட்டுப்

பெண் தன்மை அல்ல, பிடி.

(தார் => மாலை

நின் மேலான் => உன்மேல் அமர்ந்தவன்

நாண் நீர்மை => வெட்கம்

நடத்தியால் => நடக்கிறாய்

அலரும் => மலரும்

பிடி => பெண் யானை)

35. வலையில் சிக்கிய மீன்கள்

பெரிய வலையொன்றினுள் சிக்கிக்கொண்ட மீன்கள் எல்லாப் பக்கங்களிலும் விரைந்து ஓடி அலையும், எப்படியாவது அந்த வலையிலிருந்து தப்பிவிடவேண்டும் என்று போராடும்.

இயல்பான இந்தக் காட்சியை ஓர் அழகான காதல் விளக்கத்துக்கு உவமையாகப் பயன்படுத்துகிறது இந்தப் பாடல்.

ஒளி பொருந்திய, இலைபோன்ற வேலைக் கையிலேந்தியபடி 'பாடலம்' என்ற அழகான குதிரையின்மேல் ஏறிச் சோழன் உலா வருகிறான்.

சோழனைப் பார்ப்பதற்காகத் தெருவெங்கும் மக்கள் கூடியிருக்கிறார்கள். அவனைக் கண்டதும் பலவிதமான வாழ்த்துகளை உரக்கச் சொல்லித் தங்களின் அரசனைப் போற்றுகிறார்கள்.

ஆனால், அந்த ஊரிலுள்ள பருவப் பெண்கள் எல்லாரும் இந்தக் கூட்டத்தில் கலந்துகொள்ளமுடியாமல் தவிக்கிறார்கள்.

ஏன் அப்படி?

'தொடி' (வளையல்) எனும் நகையைக் கையில் அணிந்த அந்தப் பெண்களுக்குச் சோழனைப் பார்க்கவேண்டும் என்கிற ஆசை இருக்கிறது. ஆனால் அதே நேரம் எல்லார்முன்னாலும் அவனைப் பார்த்தால் காதல் மயக்கத்தில் ஏதேனும் உளறிக்கொட்டி ஊராரின் கேலிக்கும் கிண்டலுக்கும் ஆளாகிவிடுவோமோ என்றும் அச்சப்படுகிறார்கள்.

சில துணிச்சலான பெண்கள் இந்த அச்சத்தை விரட்டித் தெருவுக்கு வருகிறார்கள். ஆனால், அவர்கள் விரைவாக ஓடுவதைக் கண்டு அஞ்சிபோன அவர்களின் பெற்றோர் அவர்களைப் பிடித்து இழுத்து வீட்டினுள் அடைத்துவிட்டார்கள். 'சோழனின் உலா முடிந்தபிறகுதான் உங்களுக்கு விடுதலை' என்று தங்களுடைய மகள்களை அதட்டிவைத்திருக்கிறார்கள் அவர்கள்.

இதனால், சோழன் உலா வரும்போது அந்த வீதியில் இளம்பெண்கள் யாருமே இல்லை.

ஆனால், இந்தப் பெண்கள் எல்லாருமே அவரவர் வீட்டுச் சாளரங்களுக்குப் (சன்னல்கள்) பக்கத்தில் காத்திருக்கிறார்கள், துயரம் படர்ந்த அவர்களின் கண்கள் 'சோழன் எங்கே? சோழன் எங்கே?' என்று ஆவலுடன் தேடி அலைபாய்கின்றன.

இந்தக் காட்சியைக் கண்ட கவிஞர், 'வலையினுள் கெண்டை மீன்கள் துள்ளுவதுபோல் சாளரத்தின் வழியாக அந்தப் பெண்களின் விழிகள் அங்குமிங்கும் அலைந்து திரிந்து சோழனைத் தேடுகின்றன' என்று விவரிக்கிறார்.

சுடர் இலை வேல் சோழன் தன் பாடலம் ஏறிப்

படர் தந்தான் பைந்தொடியார் காண, தொடர்பு உடைய

நீல வலையில் கயல்போல் பிறழுமே

சாலேக வாயில்தொறும் கண்.

(இலை வேல் => இலைபோன்ற வேல்

பாடலம் => குதிரை

படர் => துன்பம்

பைந்தொடி => பசிய வளையல்கள்

கயல் => கெண்டை மீன்

பிறழும் => துள்ளும்

சாலேகம் => சாளரம் / சன்னல்)

36. தண்டனை யாருக்கு?

கலீல் கிப்ரனின் கதை ஒன்று.

அமாவாசை நாளில் ஊரெல்லாம் மை பூசியதுபோல நன்றாக இருட்டியிருந்தது.

அப்போது, திருடன் ஒருவன் அந்த இருட்டைப் பயன்படுத்திக்கொண்டு ஒரு கடையினுள் நுழைந்து பணம் திருடத் தீர்மானித்தான். ஆனால், சுவரில் ஊர்ந்து சாளரத்தின் வழியாக எகிறிக் குதித்தபோது, இருட்டில் வழிதவறிப் பக்கத்திலிருந்த வேறொரு கடைக்குள் சென்றுவிட்டான் அந்தத் திருடன்.

அந்தக் கடை ஒரு நெசவாளிக்குச் சொந்தமானது. அங்கு இருந்த ஒரு தறியில் இந்தத் திருடன் எக்குத்தப்பாக மாட்டிக்கொண்டான். இந்தக் குழப்பத்தில் அந்தத் தறி அவனுடைய ஒரு கண்ணைப் பிடுங்கிவிட்டது.

'ஆ, என் கண் போச்சு' என்று கத்திக்கொண்டு அந்த நாட்டு அரசனின் அவைக்கு ஓடினான் அந்தத் திருடன், 'இந்த நெசவாளி என்னுடைய கண்ணைப் பறித்துவிட்டான்' என்று முறையிட்டான்.

புதுமையான இந்த வழக்கைப் பொறுமையாகக் கேட்ட அந்த அரசன் நெசவாளி செய்தது தவறுதான் என்று தீர்மானித்தான், 'குற்றம் செய்த அந்த நெசவாளியின் ஒரு கண்ணைப் பிடுங்கிவிடுங்கள்' என்று ஆணையிட்டான்.

இதைக் கேட்ட நெசவாளி கொஞ்சமும் அதிர்ச்சியடையவில்லை. மாறாக, 'பேரரசே, இதுதான் சரியான தீர்ப்பு' என்று வாழ்த்திப் பேசினான் அவன். 'அந்தத் திருடனுடைய ஒரு கண் பறி போனதற்குப் பதிலாக என்னுடைய கண்ணும் போகவேண்டும் என்பதுதான் சரி' என்றான் அவன், 'ஆனால் அரசே, நான் நெய்கிற துணியில் இரண்டு பக்கங்கள் இருக்கின்றன. அந்த இரண்டு பக்கங்களையும் பார்த்து வேலை செய்வதற்கு எனக்கு இரண்டு கண்கள் தேவைப்படும்.'

'ஓ, அப்படியா?' தாடையில் கை வைத்துக்கொண்டு சிந்தித்தான் அரசன், 'அதுவும் சரிதான். இப்போது நாம் என்ன செய்யலாம்?'

இதற்கான பதிலையும் அந்த நெசவாளியே சொன்னான், 'அரசே, என்னுடைய பக்கத்து வீட்டில் ஒருவன் கோவில் வாசலில் செருப்புத் தைத்துக்கொண்டிருக்கிறான். செருப்பில் ஒரு பக்கம்தானே எப்போதும் தைக்கப்படுகிறது? அதனால் அவனுக்கு ஒரு கண்ணே போதும்.'

'அட, நல்ல செய்தி' என்று உரக்கக் கூவிய அரசன் எந்தக் குற்றமும் செய்யாத அந்தச் செருப்புத் தைப்பவனை இழுத்துவந்து அவனுடைய ஒரு கண்ணைப் பிடுங்கிவிட்டான்.

இப்படியாக அந்த நாட்டில் நீதி நிலைநாட்டப்பட்டது.

இது வெறும் கதைதான் என்று எண்ணுவதற்கில்லை. உண்மை வாழ்க்கையிலும் சில நேரங்களில் இதுபோன்ற நிகழ்வுகள் நடந்துவிடுகின்றன. அதாவது, தவறு செய்பவர்கள் யாரோ, அதற்காகத் தண்டனை அனுபவிக்கிறவர்கள் வேறு யாரோ என்கிற நிலைமை ஏற்பட்டுவிடுகிறது.

இங்கு பாருங்கள். சோழனைக் கண்டு காதல் கொண்ட ஒரு பெண், அவன் தன்னைப் பிரிந்து சென்றதைத் தாளமுடியாமல் தனக்குள்ளேயும் தன் தோழிகளிடமும் பலவிதமாகப் புலம்பிக்கொண்டிருக்கிறாள்.

அவளுடைய பெரிய, மென்மையான தோள்கள் இப்போது மெலிந்து வாடியிருக்கின்றன. அந்தத் தோள்களை ஏக்கமாகப் பார்த்தபடி அவள் தனக்குள் பேசுகிறாள், 'என் காதலனாகிய உறையூர்த் தலைவன் சோழன் வீதியில் உலா வரும்போது

என்னுடைய கண்கள்தான் முதன்முதலில் அவனைப் பார்த்தன. பின்னர் என்னுடைய நல்ல நெஞ்சம் அவனோடு ஒன்றாகக் கலந்தது.'

ஒரு நீண்ட பெருமூச்சுடன் அந்தப் பெண் தொடர்ந்து பேசுகிறாள், 'ஆனால், இப்போது அவன் என்னைப் பிரிந்து செல்லும்போது அதற்கான தண்டனைமட்டும் என்னுடைய இந்தத் தோள்களுக்குத்தான் கிடைக்கிறது. என் கண்களும் நெஞ்சமும் அப்படியே இருக்க, என் தோள்கள்தான் அவனை எண்ணி வருந்துகின்றன, மெலிந்துபோகின்றன.'

இப்படிச் சொல்லிவிட்டு அவள் ஓர் ஐயத்தையும் எழுப்புகிறாள், 'என் அன்புக்குரிய தோழி, தவறு செய்த என் கண்களையும் நெஞ்சத்தையும் கண்டுகொள்ளாமல், எந்தப் பிழையும் செய்யாத என்னுடைய தோள்களை வாட்டி வருத்துவதுதான் இந்த ஊர் வழக்கமா?'

கண்டன உண் கண், கலந்தன நல் நெஞ்சம்

தண்டப்படுவ தட மென் தோள் கண்டாய்

உலாஅ மறுகில் உறையூர் வளவற்(கு)

எலாஅம் முறை கிடந்த ஆறு.

(உண் கண் => (மையை) உண்ட கண்கள்

தண்டப்படுவ => தண்டிக்கப்படுபவை

தட மென் தோள் => பெரிய, மென்மையான தோள்கள்

உலாஅ => உலா வருகின்ற

மறுகு => வீதி

எலா => நண்பர்களை அழைக்கும் சொல்

முறை கிடந்த ஆறு => இப்படிதான் நீதி நிலைநிறுத்தப்படுகிறதா?)

37. ஆறில் ஒன்று

ஒரு நாட்டை ஆளுகின்ற அரசனோ அலுவலரோ தங்களின் சேவைக்குச் சம்பளமாக அந்த நாட்டில் உள்ளவர்களிடமிருந்து வரியைப் பெறுகிறார்கள். அந்த நாட்டின் குடிமக்கள் சம்பாதிக்கும் செல்வத்தில் ஆறில் ஒரு பங்கை இவர்கள் இப்படி வரியாகப் பெற்றுக்கொள்ளலாம் என்பது அன்றைய வழக்கம்.

அதாவது, நீங்கள் ஆறாயிரம் பொன் சம்பாதித்தால் அதில் ஆயிரம் பொன் அரசனுக்குச் சொந்தம். அறுபது மூட்டை நெல் விளைவித்தால், அதில் பத்து மூட்டை அரசனுக்குச் சொந்தம்.

இந்தப் பழைய விதிமுறைதான் காலப்போக்கில் மேலும் வலுப்பெற்று வருமான வரி, தொழில் வரி, சொத்து வரி, பொருள் மற்றும் சேவைகள் வரி (GST) என்று மக்களின் மார்ச் மாதங்களைக் கலவரமாக்கிக்கொண்டிருக்கிறது.

அன்றைய விதிப்படி ஆறில் ஒரு பங்கைமட்டும் வரியாகப் பெறவேண்டிய ஓர் அரசன் தன்னுடைய குடிமக்களிடம் அதற்குமேல் வரி கேட்டால், கூடுதலான இந்த வரிச்சுமை மக்களைத் துன்பப்படுத்தும். அதனால், 'நல்ல' அரசர்கள் அந்தப் பாவத்தைச் செய்யமாட்டார்கள்.

ஆனால், காவிரி நீர் சூழ்ந்த நாட்டின் தலைவனாகிய சோழன் இந்த விதியை மீறிவிட்டான் என்று குற்றம் சாட்டுகிறாள் ஒரு பெண்.

இதென்ன கலாட்டா? சோழனாவது, விதியை மீறுவதாவது?

நம்பமுடியாத குற்றச்சாட்டாகத் தோன்றுகின்ற இந்த விஷயத்தைப்பற்றி நாம் மேலும் தகவல்களை அறிய விரும்பினால், சோழனின்மீது காதல் மயக்கம் கொண்டிருக்கிற அந்தப் பெண் தன் தோழியிடம் பேசிக்கொண்டிருப்பதை ஒட்டுக்கேட்கவேண்டும்.

'தோழி, அந்தச் சோழன் என்னுடைய நெஞ்சையும், நாணத்தையும், நலனையும் மொத்தமாகக் கொள்ளையடித்துப்போய்விட்டான்' என்கிறாள் அவள், 'விதிப்படி, குடிமக்களின் சொத்தில் ஆறில் ஒரு பங்கைத்தானே அவன் வரியாகப் பெற்றுக்கொள்ளவேண்டும்? ஆனால் இவன் எல்லாவற்றையும் இப்படி அள்ளிக்கொண்டு ஓடிவிட்டானே. இந்தக் கொடுமையை நான் யாரிடம் சொல்வேன்?'

என் நெஞ்சும், நாணும், நலனும் இவை எல்லாம்

மன்னன் புனல் நாடன் வௌவினான் என்னே,

அரவு அகல் அல்குலாய் ஆறில் ஒன்று அன்றோ

புரவலர் கொள்ளும் பொருள்.

(நாண் => நாணம் / வெட்கம்

புனல் நாடன் => தண்ணீர் வளம் நிறைந்த சோழ நாட்டு அரசன்

வௌவினான் => கைப்பற்றினான் / கவர்ந்துகொண்டான்

அரவு => பாம்பு

அகல் => விரிந்த

அல்குல் => பெண் குறி

புரவலர் => ஆட்சியாளர் / அரசர்)

38. தோழனா? எதிரியா?

அறிவுமதியின் திரைக் கவிதையொன்றில், ‘கனவில் உனை நான் தீண்டிட இமையே தடை’ என்கிறது ஒரு காதல் நெஞ்சம்.

மாயத்தோற்றங்களாகிய இந்தக் கனவுகள் காதலில் விழுந்தவர்களுக்கு ஒரே நேரத்தில் தோழனாகவும் எதிரியாகவும் இருக்கின்றன. எங்கோ இருக்கின்ற அவனை / அவளைக் கண்ணெதிரில் கொண்டுவந்து நிறுத்துவதால் அந்தக் கனவுகளை நெகிழ்ந்து பாராட்டத் தோன்றுகிறது. ஆனால் அதே நேரம், மனத்துக்குள் நிறைந்த அந்த உருவத்தைக் கண் திறந்து பார்க்கமுடியாது. கண்ணைத் திறந்தால் கனவு கலைந்துவிடுமே.

உயரமாக எழும்பித் துள்ளும் மிகப் பெரிய அலைகளும் கூட்டமான மரக்கலங்களும் நிறைந்த பூம்புகார் நகரத்தின் அரசன் சோழன். செங்கோல் வளையாமல் நல்லாட்சி நடத்துகிற அந்தச் சோழனின்மீது காதல் கொண்டவள் இந்தப் பெண். நாள்தோறும் அவனைக் கனவில் சந்தித்து மகிழ்கிறாள்.

ஆனால், அவளுக்கு ஒரு நீங்காத குறை, ‘இமைகள் இறுக மூடியிருப்பதால் கனவில் என் காதலனைப் பார்க்கமுடியவில்லை.’

சரி, நேரில் பார்த்துக்கொண்டால் ஆச்சு.

‘அதுவும்தான் முடியவில்லை’ என்கிறாள் அவள், ‘அவன் நேரில் வரும்போது நான் வெட்கம் கொண்டு தலை குனிந்துகொள்கிறேன். பின்னர் ஒருவழியாகத் துணிச்சலைச் சேர்த்துக்கொண்டு

நான் நிமிர்ந்து பார்த்தால், அதற்குள் அவன் என்னைக் கடந்துபோய்விடுகிறான்.'

இப்படிக் கனவிலும் நனவிலும் சோழனைப் பார்க்கமுடியாமல் ஏங்கித் தவிக்கிறாள் இந்தக் காதலி.

கனவினுள் காண்கொடா கண்ணும் கலந்த

நனவினுள் முன் விலக்கும் நாணும் இன வங்கம்

பொங்கு ஓதம் போழும் புகாஅர்ப் பெருமானார்

செங்கோல் வடுப்படுப்பச் சென்று.

(காண்கொடா => பார்க்கமுடியாமல்

கலந்த => இணைந்த / மூடிக்கொண்ட

நாண் => வெட்கம்

வங்கம் => மரக்கலம்

பொங்கு ஓதம் => உயர்ந்து எழும் கடல் அலைகள்

போழும் => பிளக்கும் / கிழிக்கும்

புகாஅர் => புகார் நகரம்

வடுப்படுப்ப => குற்றம் ஏற்படுத்த / தவறு செய்ய)

39. சேலைத் திருடன்

மிகப் பெரிய பணக்காரர்களில் சிலருக்குச் சிறு பொருள்களைத் திருடுகிற விநோதமான பழக்கம் இருப்பதுண்டு. அவர்கள் வீட்டில் தேனும் பாலும் புரண்டோடிக்கொண்டிருக்கும். ஆனாலும் அவர்கள் தெருவோரப் பெட்டிக்கடையிலிருந்து பென்சில் திருடிக்கொண்டிருப்பார்கள்.

இந்தப் பணக்காரர்கள் நினைத்தால் அவர்களே ஒரு பென்சில் தொழிற்சாலை அமைக்கலாம். ஆனாலும், யாருக்கும் தெரியாமல் அந்தச் சின்னஞ்சிறு பென்சிலைச் 'சுடுவதில்' அவர்களுக்கு அப்படியொரு மகிழ்ச்சி. தங்களையும் அறியாமல் 'க்ளெப்டோமேனியா' *(Kleptomania)* எனப்படும் இந்த மனநோய்க்கு அடிமையாகிவிட்டவர்கள் அவர்கள்.

இதேபோல் காதலிப்போரிடம் வேறு சில புதுமையான திருட்டுப் பழக்கங்களைப் பார்க்கலாம். இவர்கள் தன் காதலியின் தலையிலிருந்து உதிர்ந்த பூ, காதலனின் கைக்குட்டை, அல்லது தாங்கள் பயணம் செய்த பேருந்துச் சீட்டு என்று நமக்கு 'ஒன்றுமில்லாததாக'த் தோன்றும் பொருள்களைத் திருடிப் பாதுகாப்பார்கள்.

'தகரம்கூட தங்கம். பருவும்கூடப் பவளம். சிந்தும் வேர்வை தீர்த்தம். சின்னப் பார்வை மோட்சம்' என்று இந்த விளையாட்டுக்கான விதிமுறைகளை வகுத்திருக்கின்றன நம் திரைப்படங்கள்.

இங்கே, சோழனின்மீது காதல் கொண்ட ஒரு பெண் அந்த நினைவுகளோடு தூங்கச் செல்கிறாள்.

கனவிலும் அவன் வருகிறான், அவளைச் சீண்டி விளையாடுகிறான். நாணம் கொண்ட அவள் அவனிடமிருந்து விலகிச் செல்வதாக நினைத்துக்கொண்டு படுக்கையில் முன்னும் பின்னுமாகப் புரள்கிறாள்.

மறுநாள் காலை துயிலெழுந்து பார்க்கையில், அவளுடைய மேலாடை நழுவி எங்கோ விழுந்துவிட்டிருக்கிறது.

இதைப் பார்த்ததும் அவள் செல்லமாகச் சினம் கொள்கிறாள். நேற்றைய கனவில் வந்த சோழன்தான் கோபியரிடம் சேலையைக் கவர்ந்த கண்ணனைப்போல தன்னுடைய மேலாடையைத் திருடிக்கொண்டு ஓடிவிட்டான் என்று முடிவுகட்டுகிறாள் அவள், ‘இத்தனை பெரிய நாட்டை ஆளும் அரசன் போயும் போயும் ஒரு பெண்ணின் உடைகளைத் திருடுகிறானே’ என்று பொய்யாகச் சலித்துக்கொள்கிறாள்.

குளிர்ந்த மலர்களால் தொடுத்த மாலையை அணிந்தவன் சோழன். அவனுடைய அரசவைக்குப் போய்ப் பார்த்தால், நாள்தோறும் அவனைச் சந்திப்பதற்காகப் புலவர்களும், அலுவலர்களும், மேலும் பல கலைஞர்களும் கூட்டம் கூட்டமாக வருகிறார்கள். அவர்களுக்கெல்லாம் ஆண் யானைகளையும், பெண் யானைகளையும் பரிசளித்து மகிழ்கிறான் சோழன்.

ஆனால், வாரி வழங்கும் வள்ளலாகிய அதே சோழன்தான் இங்கு ஒரு பெண்ணின் சேலையைத் திருடிக்கொண்டு ஓடியிருக்கிறான். கொடுத்துக் கொடுத்துச் சிவந்த அவனுடைய பெரிய கரங்கள் காதல் மயக்கத்தில் இந்தத் திருட்டைச் செய்திருக்கின்றன.

‘ஆனால், நான் இந்தத் திருடனைச் சும்மா விடப்போவதில்லை’ என்று குறும்பாகச் சொல்கிறாள் அவனுடைய காதலி, ‘நாளைக்கு அந்தச் சோழன் படைகள் சூழ இந்த வீதியின் வழியாக வருவானில்லையா? அப்போது அவனை வழிமறித்து “நீ என் சேலையைத் திருடியது சரிதானா?” என்று நேரடியாகக் கேட்டுவிடப்போகிறேன்.’

தானை கொண்டு ஓடுவது ஆயின் தன் செங்கோன்மை

சேனை அறியக் கிளவேனோ - யானை

பிடி வீசும் வண் தடக்கைப் பெய் தண் தார்க் கிள்ளி

நெடுவீதி நேர்ப்பட்டபோது.

(தானை => மேலாடை / சேலை

செங்கோன்மை => செங்கோல் தன்மை / நல்ல ஆட்சி

சேனை => படை (வீரர்கள்)

கிளவேனோ => சொல்லமாட்டேனோ?

பிடி => பெண் யானை

வீசும் => அளவின்றி வழங்கும்

வண் தடக்கை => வள்ளல் குணம் கொண்ட, பெரிய கை

பெய் => அணிந்துள்ள

தண் தார் => குளிர்ந்த (மலர்களால் தொடுத்த) மாலை

நேர்ப்பட்டபோது => நேரில் சந்திக்கும்போது)

40. தனிமைத் துன்பம்

ஒரு சிறு நினைவோ, இணையைத் தேடிக் கூவும் ஒரு பறவையின் வேதனைக் கூக்குரலோ, ஒரு புல்லாங்குழலின் மெலிதான அழுகையோ, பிரிந்திருக்கும் காதலர்களின் தனிமைத் துயரத்தைக் கூட்டிவிடுகிறது.

திருக்குறளில், பொழுது கண்டு இரங்கும் ஒரு காதலி, 'குழல்போலும் கொல்லும் படை' என்கிறாள். அதாவது, 'முன்பு நான் என் காதலனோடு சேர்ந்திருந்தபோது இந்தக் குழலோசை எங்கள் இருவரின் மனத்தை மயக்கியது. நாங்கள் அதை விரும்பிக் கேட்டு மகிழ்ந்தோம். ஆனால் இப்போது, அவன் என்னைப் பிரிந்தபிறகு அதே குழலோசை என்னைக் கொல்லும் படைக்கருவியாகிவிட்டது.'

இந்த முத்தொள்ளாயிரப் பாடலில், சோழனின் காதலி ஒருத்தி அவனைப் பிரிந்த வேதனையில் குழலோசையை வெறுத்துப் பேசுகிறாள்.

மாலை வேளை. பசுக் கூட்டங்களை மேய்க்கும் ஆயர்கள் தங்களின் குழலில் பலவிதமான இனிய கீதங்களை இசைக்கிறார்கள். அதைக் கேட்கும்போதெல்லாம் காதல் நினைவுகளும் பிரிவின் துயரமும் அவள் நெஞ்சை அறுக்கிறது.

'தெளிந்த நீரில் மலர்ந்த, நறுமணம் நிறைந்த மலர்களைத் தொடுத்து மாலையாக அணிந்தவன், இளைஞன், அழகன், என் காதலன் சோழன் சென்னி' என்று பெருமிதத்தோடு சொல்கிறாள் அந்தக் காதலி.

ஆனால், அந்தப் பெருமிதத்தைத் தொடரமுடியாதபடி அவளுக்கு ஒரு நீங்காத குறை அல்லது ஏக்கம் இருக்கிறது, 'என் அன்புக்குரிய சோழனை இந்த உலகைக் காக்கும் காவலன் என்று எல்லாரும் பாராட்டிச் சொல்கிறார்கள். ஆனால், உலகத்துக்கே காவலனாக இருக்கிற அவனால் இந்தக் குழலோசை தரும் துன்பத்திலிருந்து என்னைக் காப்பாற்றமுடியாதா?'

தெண்ணீர் நறுமலர்த் தார் சென்னி இளவழகன்

மண்ணகம் காவலனே என்பரால், மண்ணகம்

காவலனே ஆனக்கால் காவானோ மாலைக்கண்

கோவலர் வாய் வைத்த குழல்.

(தெண்ணீர் => தெளிந்த நீர்

நறுமலர் => இனிய வாசனையை உடைய மலர்(கள்)

தார் => மாலை

சென்னி => சோழன்

மண்ணகம் => நிலம் / பூமி

என்பரால் => என்பார்கள்

காவலனே ஆனக்கால் => காவலனாக இருந்தால்

காவானோ => காக்கமாட்டானோ

கோவலர் => பசுக்கூட்டங்களை மேய்ப்பவர்கள்)

41. அவனைப்பற்றித் தெரியாதா?

சோழன் கிள்ளிவளவனின் மார்பில் அழகான மாலை ஒன்று அசைந்தாடுகிறது. அவனுடைய அழகிய பட்டத்து யானை ஊரெங்கும் மகிழ்ச்சியாகப் பறையறைந்து அவனுடைய நல்லாட்சியின் செய்திகளைச் சொல்லிக்கொண்டிருக்கிறது.

அந்த யானையைப் பார்க்கிறவர்களெல்லாம் சோழனின் பெருமையைப் போற்றுகிறார்கள், 'நீதி தவறாத நல்லவன்' என்று அவனை வாழ்த்துகிறார்கள்.

ஆனால், அவன்மீது காதல் கொண்ட இந்தப் பெண் ஒருத்திமட்டும் அவனுடைய செங்கோலின் பெருமையை ஏற்க மறுக்கிறாள், அவனுடைய நீதி, நேர்மைமீது ஐயம் கொள்கிறாள்.

ஏன்? அவளிடமே கேட்கலாம்:

'என்னுடைய முன்கையிலிருந்து வளையல்கள் கழன்றுவிழும்படி என்னை மெலியச்செய்து, எனக்குக் காதல் நோயைத் தந்தான் அவன். பின்னர் என் கண்ணிலேயே படாமல் ஓடி மறைந்துவிட்டான். இவனையா நீங்களெல்லாம் சிறந்த நீதியாளன் என்கிறீர்கள்?'

அறை பறை யானை அலங்கு தார்க் கிள்ளி

முறை செயும் என்பரால் தோழி இறை இறந்த

அங்கோல் அணி வளையே சொல்லாதோ மற்று அவன்

செங்கோன்மை செந்நின்றவாறு.

(அறை பறை யானை => பறை அறைந்து ஊரெங்கும் செய்திகளைத் தெரிவிக்கும் யானை

அலங்கு => அசையும்

தார் => மாலை

முறை செயும் என்பரால் => நீதிப்படி நடப்பான் என்று எல்லாரும் சொல்கிறார்கள்

இறை => முன் கை

இறந்த => கழன்ற / நழுவிய

அங்கோல் => அழகிய கோல்

செந்நின்றவாறு => செம்மை பெற்றுள்ளவாறு)

42. தேரை தின்னாத தேங்காய்

சோழன் கிள்ளிவளவனின் மீது ஒருதலைக் காதல் கொண்ட பெண்கள் ஏராளம். அவனுடைய புகழைக் கேட்டு, அவன் சாலையில் வலம் வரும் அழகைப் பார்த்து மயங்கியவர்களாக இந்தப் பெண்கள் காண்பிக்கப்படுகிறார்கள்.

இந்தப் பெண்களில் யாரும் சோழனிடம் ஒரு சொல்கூடப் பேசியதில்லை, அவனுடைய மூச்சுக் காற்று மேலே படுகிற தொலைவில்கூட நெருங்கி நின்றதில்லை. அப்படியிருந்தும் இவர்கள் சோழனைத் தங்களின் காதலனாகவே எண்ணிக் கொண்டிருக்கிறார்கள், என்றேனும் அவனைச் சேர்ந்துவிடமுடியும் என்று உறுதியாக நம்புகிறார்கள்.

இதற்கு அந்தப் பெண்களின் வீட்டில் பலத்த எதிர்ப்பு.

இவர்களைக் 'காதலுக்கு எதிரானவர்கள்' என்று சொல்லிவிட முடியாது. அவர்களின் கவலை வேறுவிதமானது, சரியானதும்கூட.

'நீ பக்கத்து வீட்டுப் பையனைக் காதலித்தால்கூடப் பரவாயில்லை. அவன் வீட்டாரிடம் பேசித் திருமணம் செய்துவைக்கலாம். ஆனால் நீயோ அரசரைக் காதலிப்பதாகச் சொல்கிறாய். இது சரிப்படுமா? பைத்தியக்காரி' என்று அவளுடைய பெற்றோரும் மற்றவர்களும் அவளைத் திட்டித் தூற்றுகிறார்கள், 'சோழனைக் காதலிக்கிறேன் என்று நீ இப்படி உளறிக்கொண்டிருப்பதால் ஊரில் நம் குடும்பத்தின் மானம்தான் போகிறது. நாளைக்கு உன்னை எவன் திருமணம் செய்துகொள்வான்?' என்று பதற்றத்துடன்

சொல்லி, அவளைக் கோலால் அடித்துத் துன்புறுத்துகிறார்கள், 'இன்னொருமுறை சோழனைப் பார்ப்பதற்காகத் தெருவுக்கு ஓடினாயென்றால் காலை உடைத்து அடுப்பில் வைப்பேன்' என்று மிரட்டுகிறார்கள்.

இப்படிச் சுற்றியுள்ள எல்லாரும் சுடுசொற்களால் அவளைத் தாக்க, எல்லாவற்றையும் கேட்டபடி அவள் மௌனமாகக் கண்ணீர் வடிக்கிறாள். அப்போது, 'தேரை' என்கிற நோயால் பாதிக்கப்பட்ட ஒரு தேங்காயின் நினைவுதான் வருகிறது அவளுக்கு.

'தேரை நோய்' என்பது தேங்காயின் உட்பகுதியைச் சிதைத்து இளநீரைக் குடித்துவிடுகிற ஒருவகையான தாவர நோய். ஆனால், இந்த நோய் கொண்ட தேங்காயைப் பார்க்கிறவர்கள் எல்லாரும் 'அச்சச்சோ, தேங்காயைத் தேரை சாப்பிட்டுவிட்டதே' என்று உச்சுக்கொட்டுவார்கள்.

இந்த நோய்க்குத் 'தேரை' என்று பெயர் வந்ததே இந்தப் பேச்சினால்தான். கல்லினுள் வசிக்கிற *(?)* தேரை தேங்காயினுள்ளும் நுழையக்கூடும் என்று அன்றைய மக்கள் நினைத்திருக்கக்கூடும்.

ஆனால் உண்மையில், தடிமனான மூடியைக் கொண்டிருக்கிற தேங்காயினுள் தேரையால் நுழையவும் முடியாது, அதைச் சாப்பிடவும் முடியாது. என்றாலும், செய்யாத குற்றத்துக்காக அந்தத் தேரைக்குக் கெட்ட பெயர்.

அதுபோலத்தான் இந்தப் பெண்ணும். இவள் சோழனைச் சந்திக்கவும் இல்லை, அவனோடு சேரவுமில்லை, வெறுமனே அவனைப் பார்த்து ஏங்கி நின்றதற்காகக் கடுமையான தண்டனைக்கு ஆளாக்கப்படுகிறாள்.

அழகான இந்தப் பாடல் குறிப்பால் உணர்த்தும் செய்தி ஒன்றுண்டு. இந்தத் துன்ப நிலையிலும்கூட, 'உண்மையாகவே சோழன் என்னைக் காதலியாக ஏற்றுக்கொண்டிருந்தால் இத்தனை அடியையும், திட்டையும் மகிழ்ச்சியாக வாங்கிக்கொள்வேனே' என்றுதான் அவளுடைய காதல் நெஞ்சம் நினைக்கிறது.

அன்னையும் கோல் கொண்டு அலைக்கும்; அயலாரும்

என்னை அழியும் சொல் சொல்லுவர்; நுண்ணிலைய

தெங்கு உண்ட தேரை படுவழிப்பட்டேன் யான்

திண் தேர் வளவன் திறத்து.

(அலைக்கும் => அடிக்கும்

அழியும் சொல் => வருத்தம் தரக்கூடிய சொற்கள்

நுண்ணிலைய => நுட்பமான

தெங்கு => தேங்காய்

தேரை => தேங்காயின் ஒரு வகை நோய்

படுவழிப்பட்டேன் => படும் துன்பத்தை எதிர்கொள்கிறேன்

திண் தேர் => திண்மையான / வலிமையான தேர்

வளவன் திறத்து => வளவனிடம்)

43. பார்க்காமலே காதல்

பல ஆண்டுகளுக்கு முன், நம் திரைப்படங்களில் 'பார்க்காமலே காதல்' என்னும் கொள்கை பரவலானது. கண்ணாலே பார்க்கும் காதலெல்லாம் உடற்கவர்ச்சிதான், ஒருவரையொருவர் பார்க்காமல் வருவதுதான் மிகச் சிறந்த காதல் என்ற செய்தி (?) மக்கள்முன் முரட்டுத்தனமாக வைக்கப்பட்டது.

இந்தக் கொள்கை சரியா, தவறா என்று அலசுவது நம் நோக்கமில்லை. ஆனால், இந்த முத்தொள்ளாயிரப் பாடலில் வரும் ஒரு பெண் சோழனைக் காதலிக்கிறாள். ஆனால், இவள் அவனைப் பார்த்ததே இல்லையாம்.

அது எப்படி? அந்தக் காலத்திலேயே 'காதல் கோட்டை'யா? இருவரும் ஒருவரையொருவர் நேரில் சந்திக்காமல் பனை ஓலைகளில் மடல்கள் எழுதி இதயங்களைப் பரிமாறிக்கொண்டார்களா?

அதுதான் இல்லை. அடிக்கடி சந்தித்துக்கொள்கிற, சண்டையிட்டுக்கொள்கிற, அது தீர்ந்து தழுவிக்கொள்கிற 'இயல்பான' காதலர்கள்தான் இவர்கள். என்றாலும், 'நான் என் காதலனான சோழனைப் பார்த்ததே இல்லை' என்று சாதிக்கிறாள் இந்தப் பெண்.

இதற்கு இவள் சொல்லும் காரணங்கள் சுவையானவை:

முதலாவதாக, 'சோழனுடன் நான் ஊடல் கொண்டிருக்கும்போது, பொய்யான சினத்தால், அவனைப் பார்க்க விரும்பாததுபோல் தலையைத் திருப்பிக்கொள்வேன். அதனால் அவன் முகத்தை நான் பார்க்கமுடிவதில்லை.'

சரி, இந்த ஊடல் சண்டையெல்லாம் தீர்ந்து அவன் உன்னைத் தழுவினால்? அப்போதாவது அவனைப் பார்ப்பாயா?

'அதுவும் இல்லை. அவன் என்னைத் தொடும்போது நாணம் என்னைச் சூழ்ந்துகொள்ளும். நான் வெட்கத்தால் தலை கவிழ்ந்து, தரையைப் பார்த்து நிற்பேன். அதனால் அப்போதும் நான் அவனைப் பார்ப்பதில்லை.'

அதுவும் சரிதான். ஆனால், ஊடலின்போது இல்லாவிட்டாலும் கூடலின்போதாவது நீ அவனைப் பார்த்தாகவேண்டுமே?

இப்படி நாம் சொன்னதும், 'ம்ஹூம். அதைப்பற்றிக் கேட்காதீர்கள்' என்று வெட்கத்தால் சிவந்த முகத்தை மூடிக்கொள்கிறாள் இந்தப் பெண்,

'கூடலின்போது அந்த மகிழ்ச்சியில் நான் மொத்தமாக மயங்கிப்போய்விடுகிறேன். அப்படியிருக்க, அந்த நேரத்தில் நான் அவனைப் பார்ப்பது எப்படி?'

இவளுடைய தரப்பு வாதங்களையெல்லாம் மொத்தமாக எடைபோட்டுப் பார்க்கும்போது, செங்கோல் வளையாமல் இந்த உலகை ஆளும் சோழன் வளவனை, இவளுடைய காதலனை இவள் கண்ணாரப் பார்த்ததே இல்லை என்ற நகைச்சுவையான உண்மை நமக்குப் புரிகிறது.

புலவி புறக்கொடுப்பன் புல்லிடின் நாண்நிற்பன்

கலவி களிமயங்கிக் காணேன் - நிலவிய சீர்

மண் ஆளும் செங்கோல் வளவனை யான் இதன்றோ

கண்ணாரக் கண்டறியா ஆறு.

(புலவி => ஊடல்

புறக்கொடுப்பன் => முகத்தைத் திருப்பிக்கொள்ளுவேன்

புல்லிடின் => தழுவினால்

நாண்நிற்பன் => வெட்கப்பட்டு நிற்பேன்

கலவி => கூடல்

களிமயங்கி => களிப்பால் / மகிழ்ச்சியால் மயங்கி

ஆறு => நிலைமை)

44. நாரையிடம் கெஞ்சியவள்

தன் காதலியிடம் செய்தி சொல்வதற்காக மேகத்தைத் தூதாக அனுப்பிய காதலனைப்பற்றி 'மேக தூதம்' என்ற கவிதை நூலை வடித்திருக்கிறார் மகாகவி காளிதாசர்.

'நள வெண்பா'வில் நளனும் தமயந்தியும் அன்னப் பறவையின் தூதால் இணைந்தார்கள் என்று படித்திருக்கிறோம்.

இதுபோல் பிரிந்திருக்கும் காதலர்களிடையில் பறவைகள் தூதாகச் செல்வதையும், அந்தப் பறவைகளின் வாயிலாக ஒருவர் மற்றவரின் நலனை விசாரித்துத் தெரிந்துகொள்வதையும் பல பழைய இலக்கியங்களில் காண்கிறோம். இந்த பறவைத் தூது பிரிந்திருக்கும் காதலர்களின் துயரத்தை ஓரளவேனும் குறைக்கும் என்பது ஒரு கவிதை மரபாகவே தெரிகிறது.

பின்னர் தபால் வசதியும், தொலைபேசிகளும், கணினி வழி மின்னஞ்சல்களும் பெருகியபிறகு, பறவைகளைத் தூதனுப்புவதற்கான தேவை குறைந்துவிட்டது. என்றாலும், ஏதேனும் ஒரு பழம்பாடலில் பறவையிடம் தன்னுடைய காதலைத் துளித்துளியாக விளக்கிச் சொல்லும் காதலியைப்பற்றிப் படிக்கும்போது சிலிர்ப்பும் மகிழ்ச்சியும் கலந்த ஓர் உணர்வு உண்டாவது உறுதி. தூது அனுப்புகிற நோக்கம்கூடப் பின்னால்தான். 'யாரிடமேனும் இதைப்பற்றிப் பேசிவிடவேண்டும்' என்கிற அவளுடைய துடிப்புதான் இங்கு முதன்மையான அழகு.

இந்தப் பாடலில், ஒரு காதலி தன் காதலனாகிய சோழனிடம் ஒரு நாரையைத் தூதாக அனுப்புகிறாள்.

'சிவந்த கால்களையுடைய அழகிய நாரையே, நீ இப்போது எங்கே போகிறாய்? தென்திசையிலிருக்கிற உறந்தை நகருக்குச் செல்கிறாயா?' என்று கேட்கிறாள் அவள்.

'ஆமாம்' என்பதுபோல் மெல்லமாகத் தலையாட்டுகிறது அந்த நாரை.

அதைப் பார்த்ததும் அவளுடைய கண்கள் படபடக்கின்றன. முகத்தில் ஒரு மெல்லிய சிரிப்பு தென்படுகிறது, அந்த நாரையை நோக்கிக் குனிந்து, 'நாரை நண்பா, நான் உன் காலைப் பிடித்துக் கேட்கிறேன். தயவுசெய்து எனக்கு ஒரே ஓர் உதவி செய்வாயா?' என்று கெஞ்சுகிறாள்.

'கரையின்மீது மீன்கள் உரசி, துள்ளிக் குதிக்கும் காவிரி ஆற்றின் கரையில் உறந்தை நகரம் இருக்கிறது. அந்த நாட்டின் தலைவனாகிய சோழன்தான் என்னுடைய காதலன்' என்று அறிமுகப்படுத்துகிறாள் அவள், 'நீ அந்த உறந்தை நகரைச் சென்று சேர்ந்ததும், காவிரி ஆற்றிலிருக்கும் வளமான மீன்களைச் சாப்பிட்டுப் பசியாறிக்கொள். பிறகு, நேராக என் காதலன் சோழனிடம் செல். அவனை நினைத்து நான் நோயுற்றிருக்கும் செய்தியைச் சொல்லி வா.'

இப்படிச் சொல்லிவிட்டு அவள் தன் கண்ணீரைத் துடைத்துக்கொள்கிறாய், 'நாரையே, நீ எனக்கு இந்த உதவியைச் செய்வாயா? நீ மனம் வைத்தால்தான் என் காதலன் மீண்டும் என்னைப் பார்க்க வருவான். இந்தப் பிரிவின் நோய் என்னைத் தின்றுவிடாமல் காப்பாற்றுவது உன் கையில்தான் இருக்கிறது.'

செங்கால் மட நாராய் தென் உறந்தை சேறியேல்

நின் கால்மேல் வைப்பன் என் கையிரண்டும் நன்பால்

கரை உரிஞ்சி மீன் பிறழும் காவிரி நீர் நாடற்(கு)

உரையாயோ யான் உற்ற நோய்.

(சேறியேல் => அடைந்தால்

நன்பால் => நல்ல இடம்

உரிஞ்சி => உரசி

பிறழும் => துள்ளும்

உரையாயோ => சொல்லமாட்டாயா?

உற்ற => கொண்ட)

45. அம்மாதான் காரணம்

உலகக் கவிதைகள், கதைகள், பெரும் படைப்புகள் ஆகியவற்றை அலசுகையில், அவற்றிலெல்லாம் தாயைப் புகழ்ந்து பாடும் மகன்களையோ, மகள்களையோதான் ஏராளமாகப் பார்க்கிறோம்.

தந்தையரைக் குறை சொல்லும் பிள்ளைகள் எல்லா நாடுகளிலும் உண்டு. ஆனால், இவர்கள் அனைவருமே தாய்மையின் பெருமை பாடுகிறவர்களாகத்தான் இருக்கிறார்கள். பட்டினத்தாரைப்போன்ற முற்றும் துறந்த சித்தர்கள்கூடத் தங்கள் அன்னையைப்பற்றிப் பாடுகையில் நெகிழ்ந்து உருகிவிடுவதைப் பார்க்கலாம்.

மேற்சொன்ன பொதுவிதிக்கு மாறாக, பெற்ற தாயை இகழ்ந்து பாடும் பாடல்களை ஒரே ஓர் இடத்தில்தான் பார்க்கமுடியும்: காதல் சார்ந்த அகப் பாடல்கள்.

இந்தப் பாடல்களில் வரும் தாய்மார்கள் தங்கள் பிள்ளைகளின் காதலுக்கு எதிரியாக நிற்கிறார்கள். அதனால், அவர்கள் தங்கள் குழந்தைகளுக்குச் செய்திருக்கக்கூடிய பல்வேறு அக்கறையான செயல்கள், அவர்கள்மீது பொழிந்திருக்கக்கூடிய அன்பு ஆகிய எல்லாம் காணாமல் போய்விடுகின்றன. அவர்கள் தங்கள் பிள்ளைகளிடமிருந்து நிறையத் திட்டையும், சாபத்தையும் பெறுகிறார்கள். குறுந்தொகையில் ஒரு பெண், 'என் தாய் இப்போதே, இந்த விநாடியிலேயே இறந்துவிடமாட்டாளா! அவளுக்கு நரகம் கிடைக்காதா!' என்றெல்லாம் ஏங்குகிறாள், சாபமிடுகிறாள்.

இந்த முத்தொள்ளாயிரப் பாடலின் நாயகியும் தனது இப்போதைய (துன்ப) நிலைக்குக் காரணமாகத் தன்னுடைய தாயைச் சுட்டிக்காட்டிக் குறை சொல்கிறாள்.

சிறு வயதில் குழந்தை சாப்பிட அடம்பிடிக்கும்போது சிலர் நிலாவைக் காண்பித்துச் சோறூட்டுவார்கள். மேலும் சிலர் தெருவில் செல்லும் யாரோ ஓர் அப்பாவியைச் சுட்டிக்காட்டி, 'நீ ஒழுங்காச் சாப்பிடாட்டி அந்தப் பூச்சாண்டி உன்னைப் பிடிச்சுகிட்டுப் போயிடுவான்' என்று அச்சுறுத்திச் சோறூட்டுவார்கள்.

ஆனால் இந்தத் தாய் தன் மகள் சாப்பிட மறுக்கும்போதெல்லாம், 'நீ ஒழுங்காகச் சாப்பிட்டால் நீ பெரியவளானதும் உன்னை அந்தச் சோழ அரசனுக்கே திருமணம் செய்துவைப்பேன்' என்று சொல்லி, ஆசை காட்டிச் சோறூட்டினாள்.

அது உண்மையான வாக்குறுதி இல்லை. விளையாட்டாகச் சொன்ன சொற்கள்தான். ஆனால், அந்தச் சிறு வயதில் இந்த வேறுபாடெல்லாம் புரியுமா என்ன?

'சோழனுக்கும் உனக்கும் திருமணம்' என்ற சொற்களைக் கேட்டுக்கொண்டே வளர்ந்த அந்தக் குழந்தை, பருவ வயதை எட்டியதும் சோழனின்மீது தீராத காதல் கொண்டது, உறையூர் அரசனாகிய அவன் உலா வரும்போதெல்லாம் வீதிக்கு ஓடியது, அவனைக் கண்ணாரப் பார்த்து மகிழ்ந்தது.

ஆனால் இப்போது, அதே தாய் அவளை அடித்து விரட்டுகிறாள், 'நீ சோழனைப் பார்க்கக்கூடாது' என்று தடை போடுகிறாள், 'நீ இப்படியெல்லாம் வெட்கம் கெட்டுத் திரிந்தால் நாளைக்கு உன்னை யார் திருமணம் செய்துகொள்வார்கள்?'

இதைக் கேட்டதும் அந்தப் பெண் பெரும் அதிர்ச்சியுடன் தாயின் முகத்தைப் பார்க்கிறாள், 'ஏம்மா, என்னைச் சோழனுக்குத் திருமணம் செய்துவைப்பதாகச் சொன்னாயே. அந்த வாக்குறுதி என்னாச்சு?' என்று கேட்காமல் கேட்கிறாள்.

ஆனால், தன்னுடைய இத்தனை ஆண்டு ஆசையெல்லாம் பாலைவனத்தில் தெரியும் கானல் நீராகப் போய்விட்டதே என்று அழுது தவிக்கும் அந்தப் பெண்ணின் கவலை அவளுடைய தாய்க்குப் புரியவே இல்லை.

குதலைப் பருவத்தே கோழிக் கோமானை
வதுவை பெறுகென்றாள் அன்னை - அதுபோய்
விளைந்தவா இன்று வியன் கானல் வெண்தேர்த்
துலங்கு நீர் மாமருட்டி அற்று.

(குதலை => மழலைச் சொல்

கோழிக் கோமான் => உறையூரை ஆளும் அரசன் (சோழன்)

வதுவை => திருமணம்

வியன் => கூடுதலான / வானத்தைப்போல் விரிந்த

கானல் => பாலைவனம்

வெண்தேர் => பேய்த்தேர் (பொய்யான தோற்றம்)

துலங்கு நீர் => கானல் நீர்

மாமருட்டி => பெரிய மருட்சி / மயக்கம்)

46. நீர்மேல் நெருப்பு

மார்பில் அசையும் அழகிய மாலையுடன் சோழன் செம்பியன் வீதி உலா வந்தான். அந்தப் பாதையில் நின்றிருந்த பெண்கள் அனைவரும் கண்ணிமைக்காமல் அவனைப் பார்த்து மகிழ்ந்தார்கள்.

இதைக் கண்ட அவர்களுடைய தாய்மார்கள் அவர்களை அதட்டி விரட்டினார்கள், 'அவனை வெறித்துப் பார்த்துக்கொண்டு இப்படி நிற்காதே. வீட்டுக்குள் போ' என்று துரத்தினார்கள்.

ஆனால், இதுபோன்ற தடைகளால், அறிவுரைப் பேச்சுகளால் இளமைப் பருவத்தைக் கட்டிவைத்துவிடமுடியுமா என்ன?

விரைவில் அந்தப் பெண்கள் எல்லாரும் சோழனின்மீது காதல் கொள்கிறார்கள். ஆனால், இந்த ஒருதலைக் காதலால் அவர்களுடைய உடலின் இயற்கையான, அழகான மாமை நிறம் மறைந்து, பசலைக்கு உரிய 'பீர்க்கம்பூ'வின் நிறம் படர்கிறது.

இதைக் கண்டு வேதனை கொண்ட ஒரு தாய் புலம்புகிறாள். 'நான் அப்போதே சொன்னேன். என் பேச்சைக் கேட்காமல் இப்போது இப்படித் துன்பப்படுகிறாயே' என்று மகளைப் பார்த்து வேதனையோடு கேட்கிறாள் அவள், 'தண்ணீரின்மேல் எழுந்த நெருப்பு எந்தப் பயனும் இல்லாமல் உடனே அணைந்துவிடுவதுபோல, நான் சொன்ன அறிவுரைகளையெல்லாம் நீ உடனடியாக மறந்துவிட்டாயா பெண்ணே?'

அலங்கு தார்ச் செம்பியன் ஆடு எழில் தோள் நோக்கி

விலங்கி யான் வேண்டா எனினும் நலன் தொலைந்து

பீர்மேல் கொளல் உற்ற பேதையர்க்கு என் வாய்ச்சொல்
நீர்மேல் எழுந்த நெருப்பு.

(அலங்கு => அசையும்

தார் => மாலை

விலங்கி => குறுக்கிட்டு / தடை செய்து

வேண்டா => வேண்டாம்

பீர் => பீர்க்கம்பூ)

47. ஊடலுக்கும் அளவுண்டு

கனவில் சந்திக்கும் காதலர்கள் அப்படி என்னதான் செய்வார்கள்?

நேரில் சந்திக்கையில் என்னவெல்லாம் செய்வார்களோ, அதே காட்சிகளைத்தான் கனவில் இன்னும் சற்றுக் கூடுதலான விடுதலையுணர்வுடன் நடத்துகிறார்கள் காதலர்கள். ஒருவரையொருவர் விழுங்கிவிடுவதுபோன்ற பார்வைகள், ஆசை ததும்பும் சொற்கள், அக்கம்பக்கத்தில் யாரும் இல்லாதபோது சில திருட்டு முத்தங்கள், முரட்டு அணைப்புகள், செல்லச் சிணுங்கல்கள், இன்ன பிற.

இந்தப் பாடலில் வரும் காதலி தன் காதலனாகிய சோழனைக் கனவில் காண்கிறாள். உண்மை வாழ்க்கையில் இவள் ஓர் எளிய குடிமகள். அவனோ பெரிய அரசன். இவள் அவனை நினைத்து உருகுகிறாள். ஆனால் அவனோ இவள் யாரென்றே தெரியாதவனாக இருக்கிறான்.

அப்படியென்றால், அவர்கள் கனவில் சந்திப்பதுதான் பொருத்தம். உண்மை வாழ்க்கையின் இந்தத் தொந்தரவுகள் எவையும் இல்லாத கனவு உலகத்திலேனும் இவள் தன் காதலனோடு மகிழ்ச்சியாக இருக்கலாமே.

ஆனால், இதுபற்றி நாம் இவளிடம் விசாரிக்கிறபோது, இவள் முகத்தில் வருத்தத்தைத்தான் பார்க்கிறோம்.

‘ஏம்மா? என்னாச்சு? கனவில் உன் சோழன் வரவில்லையா?’ என்று விசாரிக்கிறோம்.

'வந்தான்' என்று ஒரே சொல்லில் பதில் சொல்கிறாள் இவள். குரலில் கொஞ்சமும் உயிர்ப்பில்லை, ஆர்வமில்லை.

காவிரி நீர் பாயும் வளமான சோழ நாடு. அங்கு தென்னை மரங்கள் நன்றாக உயர்ந்து வளர்கின்றன. அந்தத் தென்னை மரங்களின் பாளைகளில் தேனீக்கள் தேனைச் சேமித்துவைக்கின்றன. செழிப்பான அந்த நாட்டின் தலைவனாகிய இவளுடைய காதலன் சோழன் இவளுடைய கனவில் வந்திருக்கிறான். பிறகு ஏன் இவள் இத்தனை வருத்தமாக உட்கார்ந்திருக்கிறாள்?

'என்னாச்சு பெண்ணே? அவன் உன்னோடு பேச மறுத்துவிட்டானா? கனவில்கூட உன்னைச் சந்திக்க விருப்பமில்லையா அவனுக்கு?'

'அதெல்லாம் இல்லை. அவன்மேல் எந்தத் தவறும் கிடையாது. நான்தான் பைத்தியக்காரத்தனமாக ஒரு வேலை செய்துதொலைத்துவிட்டேன்' என்கிறாள் இவள்.

'அப்படி என்னம்மா செய்தாய்? எதைத் தொலைத்தாய'

'நான் அவன்மேல் பொய்யாகச் சினம் கொண்டேன், அந்த ஊடலால் அவனையே தொலைத்துவிட்டேன்' என்று கண்ணீருடன் சொல்கிறாள் இவள், 'அவன் என் கனவில் வந்தபோது அவனுடன் சரியாக முகம்கொடுத்துப் பேசாமல் சினம் கொண்டதுபோன்ற தோற்றத்தில் திரும்பி அமர்ந்திருந்தேன். அப்போதுதான் அவன் என்னுடைய ஊடலைத் தணித்து என்னை அணைத்துக்கொள்வான் என்று எண்ணினேன். ஆனால் அவனோ, நான் உண்மையாகவே அவன்மேல் சினம் கொண்டிருக்கிறேன் என்று நினைத்துக்கொண்டு என்னிடம் பேசாமலே விலகிச் சென்றுவிட்டான்.'

நெருங்கிய காதலர்களுக்கிடையில் 'ஊடல்' என்னும் பொய்யான சினம் கண்டிப்பாகத் தேவை என்று திருவள்ளுவர் சொல்கிறார், 'ஆனால், அந்த ஊடலின் அளவு கூடிவிடக்கூடாது' என்றும் அவர் அக்கறையுடன் வலியுறுத்துகிறார்.

'ஆமாம். எனக்குதான் அது புரியவில்லை' என்று ஒப்புக்கொள்கிறாள் இவள், 'என் காதலன் சோழனுடன் அளவுக்கு மீறி ஊடல் கொண்டேன். அதனால், அவனுடனான கனவுக் கூடலின் இன்பத்தை இழந்துவிட்டேன்' என்று பெருமூச்சுடன் சொல்லிமுடிக்கிறாள்.

அடுத்தமுறை உங்கள் காதலியிடமோ காதலனிடமோ பொய்யாகச் சினம் கொள்கிறபோது, இந்தப் பாடலை நினைத்துக்கொண்டு இன்னும் கொஞ்சம் விழிப்பாக இருங்கள். அளவுக்கு மிஞ்சினால் ஊடலும் நஞ்சு.

ஊடல் என ஒன்று தோன்றி அலர் உறூஉம்

கூடல் இழந்தேன் கொடி அன்னாய் நீள் தெங்கின்

பாளையில் தேன் தொடுக்கும் பாய் புனல் நீர் நாட்டுக்

காளையைக் கண்படையுள் பெற்று.

(அலர் உறூஉம் => பழிச்சொல் உண்டாகும்

கொடி அன்னாய் => கொடி போன்றவளே (அழைப்பு)

தெங்கு => தென்னை

தொடுக்கும் => சேர்த்துவைக்கும்

புனல் => தண்ணீர்

கண்படை => தூங்கும் இடம்)

48. காதலும் நாணமும்

பெருநகரங்களில் கடுமையான கோடைக்காலம் வரும்போதுதான் இலவச இணைப்பாகத் தண்ணீர்த் தட்டுப்பாடும் கூடவே வரும். இதுபோல வேண்டாத விருந்தாளிகளால் உண்டாகிற தொல்லைகள் ஏராளம்.

எடுத்துக்காட்டாக, பெண்களின் இளமைப் பருவத்தை எடுத்துக்கொள்ளுங்கள். காதலன் ஒருவனைச் சந்தித்து, அவனிடம் இதயத்தைப் பறிகொடுத்து, 'இனி எல்லாம் அவன்தான்' என்று அவனோடு ஒன்றாகக் கலந்து மகிழவேண்டிய இனிமையான இந்தப் பருவத்தில்தான் இலவச இணைப்பாக இந்த வெட்கமும் கூடவே வருகிறது.

'நாணம்தான் பெண்களுக்குக் காவல்' என்கிற பழமொழிகளெல்லாம் சரிதான். ஆனால், மனம் கவர்ந்த ஒருவனிடம் காதல் கொள்ளும் நேரங்களில் இந்த நாணத்தால் உண்டாகும் தொல்லைகளையும் சற்று எண்ணிப்பார்க்கவேண்டும்.

இந்தப் பெண்ணைப் பாருங்கள். இவள் அழகிய தோள்களை உடைய சோழன் கிள்ளியிடம் காதல்வயப்பட்டிருக்கிறாள்.

அவன் வீதி உலா வரும் நேரம். அவனைப் பார்க்கவேண்டும் என்ற ஆவல் இவளை முன்னே தள்ளுகிறது. வாசலை நோக்கி ஓடுகிறாள் இவள். ஆனால், அங்கு சென்றதும் அவனை நிமிர்ந்து பார்க்கமுடியாதபடி வெட்கம் இவளைத் தடுக்கிறது, சட்டென்று வீட்டினுள் திரும்பிவிடுகிறாள்.

சிறிது நேரத்துக்குப்பின், காதலால் மனத்தைத் திடப்படுத்திக்கொண்டு மீண்டும் வெளியில் ஓடுகிறாள். அவன் வரும் பாதையின் அருகில் சென்றதும் மறுபடி வெட்கம் உயிரைக் கிள்ள, அவளுடைய தலை தானாகக் கவிழ்ந்துகொள்ள, அங்கேயே நாணி நிற்கிறாள் இவள்.

இப்படி ஒருபக்கம் காதலும் மறுபக்கம் நாணமும் இவளைப் பிடித்திழுக்க, இவற்றில் எந்தப் பக்கம் செல்வது என்று தீர்மானிக்கமுடியாதவளாக இவள் திகைத்து நிற்கிறாள்.

அப்போதைய இவளுடைய நிலைக்கு ஓர் அழகான உவமை சொல்கிறார் புலவர்: இருதலைக் கொள்ளி எறும்பு.

அதாவது, ஒரு சிறு எறும்பு நீளமான மூங்கில் குழாய் ஒன்றினுள் சிக்கிக்கொள்கிறது. சிறிது நேரத்தில் அந்தக் குழாயின் ஒரு பக்கத்தில் தீப்பிடித்துவிடுகிறது. இதை உணர்ந்ததும் சட்டென்று மறுபுறமாகத் தப்பி ஓட நினைக்கிறது எறும்பு. ஆனால், அதே நேரம் அந்தப் பக்கத்திலும் தீப்பிடித்திருக்கிறது.

'அடடா, இரண்டு பக்கமும் நெருப்பு எரிகிறதே! உடல் தகிக்கிறதே! இன்னும் சிறிது நேரத்தில் ஏதேனும் ஒரு நெருப்பு என்னை நெருங்கிக் கொன்றுவிடுமே! இப்போது நான் எந்தப் பக்கமாகத் தப்பி ஓடுவேன்?' என்று அந்த எறும்பு தவிப்பதைப்போலக் காதலுக்கும் நாணத்துக்கும் இடையில் சிக்கிக்கொண்ட இந்தப் பெண் வருந்திப் புலம்புகிறாள்.

இந்த நிலையைத்தான் கண்ணதாசன் ஒரு திரைப்பாடலில் இவ்வாறு எழுதினார்:

'வா என்றது உருவம்,

நீ போ என்றது நாணம்,

கண் கொண்டது மயக்கம்,

இரு கால் கொண்டது தயக்கம்.'

நாண் ஒருபால் வாங்க, நலன் ஒருபால் உள்நெகிழ்ப்பக்

காமரு தோள் கிள்ளிக்கு என் கண் கவற்ற யாமத்து

இருதலைக் கொள்ளியின் உள் எறும்பு போலத்

திரிதரும், பேரும் என் நெஞ்சு.

(நாண் => வெட்கம்

ஒருபால் => ஒருபக்கம்

நெகிழ்ப்ப => நெகிழ்ச்சியடையச்செய்ய

காமருதோள் => அழகான தோள்

கவற்ற => வருத்தம் / கவலை உண்டாக்க

திரிதரும் => அலைந்து / சுழன்று / திணறி ஓடும்

பேரும் => பின்வாங்கும்)

49. உண்மைக் கண்ணா? மரக் கண்ணா?

காதலுக்குத் தூதாக யாரை அனுப்பலாம்?

பொதுவான நண்பர்களை அனுப்பலாம். அல்லது, அறிவுள்ள பறவைகளை அனுப்பலாம். ஓடுகிற தண்ணீரையும் வானத்து மேகத்தையும்கூடத் தூதாக அனுப்பியவர்கள் இருக்கிறார்கள்.

ஆனால், இவற்றில் எதையும் நம்ப விரும்பாத சிலர் தங்களின் மனத்தையே தூதாக அனுப்புகிறார்கள், 'என் நெஞ்சே, நான் அவனை / அவளைக் காதலிப்பது உன்னைத்தவிர வேறு யாருக்கு நன்றாகத் தெரியும்? அதனால், நீயே நேராகச் சென்று, வலப்பக்கம் திரும்பி, ஒன்றரை மைல் தொலைவுக்குப் பயணம் செய்து, அவனை / அவளைச் சந்தித்து என்னுடைய நிலைமையைச் சொல்லிவிட்டு வா' என்று செல்லம் கொஞ்சி அனுப்பிவிடுகிறார்கள்.

இந்தப் பாடலில் வரும் காதலி அந்த வகையைச் சேர்ந்தவள்தான்.

ஒளி பொருந்திய புலிக்கொடியைக் கொண்ட வெற்றி வீரன் சோழனை மனத்தினுள் நிறைத்துக்கொண்டவள் இவள். அவனை நினைத்து நினைத்துப் பிரிவுத் துயரத்தால் இவளுடைய தோள்கள் நடுங்குகின்றன, உடம்பு மெலிந்துவிட்டது. ஆனாலும் அவன் இவளைச் சந்திக்க வரவில்லை.

அதனால், இந்தத் துன்பத்தின் உச்சியில் இவள் தன்னுடைய நெஞ்சை அழைத்து அவனிடம் தூதாக அனுப்புகிறாள், 'நெஞ்சே, என் காதலன் சோழன் இந்த வீதியில் வரும்போது நீ அவனெதிரில் போய் நில்' என்று கட்டளையிடுகிறாள், 'என்னால்தான் அவனை

நேருக்கு நேர் பார்க்கமுடியவில்லை. வெட்கம் பிடுங்கித் தின்கிறது. ஆனால், உன்னால் அது முடியும்' என்று நம்பிக்கையூட்டுகிறாள்.

'அவனை நினைத்த பாவத்துக்காக நான் இங்கு அனுபவித்துக்கொண்டிருக்கும் துன்பத்தையெல்லாம் ஒன்று விடாமல் நீ அவனுக்கு எடுத்துச் சொல். நீர் வளம் நிறைந்த இந்த மண்ணை ஆளும் அரசனான அவனுக்கு இந்தப் பெண்ணின்மேல் கொஞ்சம்கூட இரக்கமில்லையா? அவனை நேசிக்கும் என்மேல் கருணைப் பார்வையை வீசாத அவனுடைய கண் உண்மைக் கண்தானா, அல்லது மரக் கண்ணா என்றெல்லாம் நீ கேட்டுக்கொண்டு வா.'

வரக் கண்டு நாணாதே; வல்லைஆல் நெஞ்சே

மரக் கண்ணோ மண் ஆள்வார் கண் என்று இரக்கண்டாய்

வாள் உழுவை வெல்கொடியான் வண் புனல் நீர்நாடற்கு என்

தோள் அழுவம் தோன்றத் தொழுது.

(வல்லை => உனக்கு வல்லமை உண்டு, உன்னால் முடியும்

ஆல் => 'ஆமாம்' என்பதுபோன்ற ஒரு குறிப்பு

இரக்கண்டாய் => இரக்கம் கொள்கிறாய்

வாள் => ஒளி

உழுவை => புலி

வண் => மிகுதியான

அழுவம் => துன்பம் / நடுக்கம்)

50. வாட்டும் காற்று

பிரிந்திருக்கும் காதலர்களுக்கு இங்கு ஏராளமான எதிரிகள் உண்டு. அவர்கள் முன்பு கூடியிருந்த நாட்களின் இனிய நினைவுகளைக் கிளறிவிட்டு, வாட்டித் துன்புறுத்துகின்ற இந்த ‘வில்லன்’களில் முதன்மையானது, இயற்கை. அதிலும் குறிப்பாக, வாடைக்காற்று.

காதலனைப் பிரிந்த காதலியையோ, காதலியைப் பிரிந்த காதலனையோ இந்த வாடைக்காற்று வருடித் தாக்கும்போது அவர்களுக்குப் பழைய நினைவுகளும் ஏக்கமும் தானாகக் கிளர்ந்து எழுகின்றன.

மிகுதியாகக் குளிரும் பனி வாடைக் காற்றின் இந்தக் கொடுமையைத் தாங்கமுடியாத ஒரு பெண் அந்தக் காற்றை அழைத்துப் பேசுகிறாள், ‘ஏம்ப்பா, உனக்கும் எனக்கும் என்ன பகை? தேவையில்லாம என்னை ஏன் இப்படித் தொல்லை பண்றே? கொஞ்ச நேரம் என்னை நிம்மதியா விடமாட்டியா?’ என்று அதட்டுகிறாள்.

‘நீ என்னைமட்டும் தொல்லை செய்தாலாவது பரவாயில்லை. ஊரில் காதலனைப் பிரிந்திருக்கும் ஒரு பெண்ணையும் நீ விட்டுவைப்பதில்லை. கொஞ்சமும் இரக்கமில்லாமல் அவர்கள்மேல் பாய்ந்து, உன் குளிர்ச்சியால் வருடி, பழைய நினைவுகளைக் கிளறிவிட்டு வதைக்கிறாய்’ என்று கடுமையாகக் குற்றம் சாட்டுகிறாள் அவள், ‘நீ என்ன பேயா? என்னைப்போன்ற பெண்கள் எல்லாரும் உனக்குக் கப்பம் அல்லது வரி செலுத்தும் அடிமை மக்களா? பிறகு ஏன் இப்படியெல்லாம் எங்களைக் கொடுமைப்படுத்துகிறாய்?’

இப்படிக் கேட்டுவிட்டு அவள் தொடர்ந்து சொல்கிறாள், ‘பெரிய யானைகளை உடைய என் காதலன் சோழன் கிள்ளி மகிழ்ச்சியாகவும் விரைவாகவும் ஓடுகின்ற குதிரைகளைப் பூட்டிய தேரில் வந்துகொண்டிருக்கிறான். நான் அவனுக்காக காத்துக்கொண்டிருக்கிறேன். ஏக்கமும், எதிர்பார்ப்பும், தளர்வும் நிறைந்த இந்த இடைவெளியைப் பயன்படுத்திக்கொண்டு நீ உன் வேலையைக் காட்டுகிறாய். இது சரியா?’

பேயோ பெருந்தண் பனி வாடாய் பெண்பிறந்தா

ரேயோ உனக்கு இங்கு இறைக் குடிகள், நீயோ

களிபடு மால் யானைக் கடுமான் தேர்க் கிள்ளி

அளியிடை அற்றம் பார்ப்பாய்.

(பெருந்தண் => கூடுதல் குளிர்ச்சி

வாடாய் => வாடைக் காற்றே

பெண் பிறந்தாரேயோ => பெண்ணாகப் பிறந்தவர்கள்தானா

இறை => வரிப்பணம்

களிபடு மால் யானை => செருக்கு மிக்க, பெரிய யானை

கடுமான் => வேகமாக ஓடும் குதிரை

அளியிடை => அருள் செய்வதற்கு முன்பாக

அற்றம் => தளர்ச்சி / மெலிவு / இடைவெளி)

51. வாடையே, வராதே

நீண்ட வேலை ஏந்திய நலங்கிள்ளி ஆட்சி செய்யும் சோழ நாட்டில் நீர் வளம் நிறைந்திருந்தது. அதனால் அங்குள்ள நீர்த்தடாகங்களில் தாமரையும், 'நீலம்' எனப்படும் குவளை மலரும் ஏராளமாகப் பூத்திருக்கின்றன.

இந்த மலர்களையெல்லாம் மொய்த்துத் தேன் உண்டு களித்த ஒரு வண்டு, கவலையுடன் அமர்ந்திருக்கும் ஒரு பெண்ணைப் பார்க்கிறது, 'இவளுடைய துன்பத்தைப் போக்குவதற்கு என்ன செய்யலாம்?' என்று சிந்திக்கிறது.

தங்களுடைய கவலைகளை நினைத்துக்கொண்டு கன்னத்தில் கைவைத்து அமர்ந்திருக்கிறவர்களைப் பழையபடி ஊக்கப்படுத்த ஒரு நல்ல உளவியல் உத்தி உண்டு. அவர்களிடம் நாம் நம்முடைய துன்பங்களைச் சொல்லிப் புலம்பவேண்டும். அதாவது, பெரிய கோட்டிற்குப் பக்கத்தில் ஒரு சின்னக் கோடு வரைவதுபோல, 'நீங்கள்மட்டுமா துன்பப்படுகிறீர்கள்? ஊரில் எல்லாருக்கும்தான் துன்பங்கள் உள்ளன' என்பதுபோன்ற ஓர் எண்ணத்தை அவர்கள் மனத்தில் உண்டாக்கிவிட்டால் அவர்கள் ஓரளவேனும் ஆறுதல் அடைவது உறுதி.

இப்படி எண்ணிய வண்டு அந்தப் பெண்ணிடம் தன்னுடைய துன்பங்களைப்பற்றிச் சொல்லத் தீர்மானித்தது, 'ஏ பெண்ணே, சோழ நாடு முன்போல் இல்லை. ஊரெங்கும் காவல் கூடிவிட்டது. தாமரை மலரில் தேன் திருடச் செல்லும்

அப்பாவியான என்னைக்கூட ஆள் வைத்துப் பிடித்துச் சிறையில் அடைத்துவிடுவார்கள்போல' என்றது.

இதைக் கேட்டதும் அந்தப் பெண்ணின் முகம் சட்டென்று மலர்கிறது. வடக்குத் திசையில் திரும்பி, அங்கிருந்து வீசும் வாடைக் காற்றை நோக்கி உரக்க அதட்டிப் பேசுகிறாள் அவள், 'வாடைக் காற்றே, அந்த வண்டு சொன்னதைக் கேட்டாயா? சோழனின் நாட்டில் காவல் கூடிவிட்டது. அதனால் நீ முன்பைப்போல் எல்லா இடங்களிலும் சுற்றித் திரிந்து, காதலரைப் பிரிந்திருக்கும் பெண்களையெல்லாம் உன் விருப்பம்போல் வாட்டிக்கொண்டிருக்கமுடியாது. அதனால் நீ இனிமேல் இங்கு வராதே. ஏற்கெனவே பிரிவுத் துயரத்தில் நொந்துபோயிருக்கும் எங்களைக் கொஞ்சம் நிம்மதியாக இருக்க விடு.'

நாம நெடுவேல் நலங்கிள்ளி சோணாட்டுத்

தாமரையும் நீலமும் தைவந்து யாமத்து

வண்டு ஒன்று வந்தது வாரல் பனி வாடாய்

பண்டு அன்று பட்டினம் காப்பு.

(நாமம் => அச்சம்

நெடு => நீண்ட

தைவந்து => தடவி

யாமம் => நள்ளிரவு

வாரல் => வராதே

வாடாய் => வாடைக் காற்றே

பண்டு => பழைய

காப்பு => காவல்)

52. நீயே முருகன்

தாழ்வடையாத, வளையாத மயிலை ஊர்தியாகக் கொண்டவன் முருகன். அந்த முருகப் பெருமானைக் கடம்ப மலர்களைக்கொண்டு வழிபட்டுப் புகழ்ந்து பாடுவது உலக வழக்கம்.

அப்படி நாள்தோறும் முருகனை வழிபட்டுக்கொண்டிருந்தார் ஒரு புலவர். பின்னர் ஒருநாள் அவர் அரசன் சோழனைச் சந்திக்கச் சென்றார், 'மன்னா, முருகனும், நீங்களும் ஒன்றுதான்!' என்றார்.

இதைக் கேட்ட சோழன் திகைத்துப்போனான், 'அது எப்படி?' என்று வியப்புடன் கேட்டான்.

புலவர் புன்னகையுடன் தனது புகழ்ச்சிக்கு விளக்கம் கொடுக்கிறார், 'மன்னா, இந்த உலகில் தொடங்கும் போர்கள் எல்லாவற்றிலும் நீதான் வெல்கிறாய். அதனால், என்னைப் பொறுத்தவரை, பெரும் வெற்றி வீரனான உன்னை நான் என்னுடைய இனிய தமிழால் போற்றிப் பாடுவது கடம்ப மலர்களைத் தூவி முருகனை நாள்தோறும் வழிபடுவதற்கு இணையானது.'

மடங்கா மயில் ஊர்தி மைந்தனை நாளும்

கடம்பப் பூக்கொண்டு ஏத்தியற்றால் தொடங்கு அமருள்

நின்று இலங்கு வென்றி நிறை கதிர் வேல் மாறனை

இன்தமிழால் யாம் பாடும் பாட்டு.

(ஏத்தியற்றால் => புகழ்வதைப்போன்றது

அமருள் => போரில்

இலங்கு => ஒளி வீசி

வென்றி => வெற்றி)

பகுதி 3 : பாண்டியன்

53. எங்கிருந்தோ வந்த மலர்கள்

மகாபாரதத்தில் ஒரு துயரமான இடம். அர்ச்சுனனின் மகன் அபிமன்யு போரில் இறந்துவிடுகிறான். அந்தத் துயரத்தைத் தாங்கமுடியாத அர்ச்சுனன் சாப்பாடு, தூக்கம் மறந்தவனாக இடிந்துபோய் அமர்ந்திருக்கிறான்.

இதைப் பார்த்த கண்ணன் அர்ச்சுனனைத் தேற்றி, 'ஏதாவது சாப்பிடு' என்றான்.

'வேண்டாம் கண்ணா' என்று மறுத்தான் அர்ச்சுனன், 'எனக்குச் சாப்பிடத் தோன்றவில்லை. எங்கு பார்த்தாலும் அபிமன்யுவின் முகம்தான் தெரிகிறது.'

'அதையே நினைத்துக்கொண்டிருந்தால் எப்படி?' என்று அவனை உரிமையோடு கண்டித்தான் கண்ணன், 'நீ முதலில் சாப்பிடு. எல்லாம் சரியாகிவிடும்' என்றபடி சில உணவுப்பொருட்களைக் கொண்டுவந்து அர்ச்சுனனுக்குமுன்னால் வைத்தான்.

அப்போதும் அர்ச்சுனனுக்குச் சாப்பிட மனமில்லை. ஆனால், அதைக் கண்ணனிடம் நேரடியாகச் சொல்லவும் தயக்கம். அதனால், 'சிவபெருமானை வழிபடாமல் நான் சாப்பிடுவதில்லை என்று உனக்குத் தெரியாதா கண்ணா?' என்று சமாளித்தான் அவன்.

'தெரியும். நீ இந்த மலர்களை என் தலைமேல் தூவு' என்றபடி ஒரு பூக்கூடையைக் காட்டினான் கண்ணன்.

'எதற்கு?' என்று வியப்புடன் கேட்டான் அர்ச்சுனன்.

'நீ என் தலைமேல் தூவும் மலர்கள் சிவபெருமானைச் சென்று சேர்ந்துவிடும்' என்று சிரித்தான் கண்ணன்.

அதன்படி அர்ச்சுனன் கண்ணனின் தலையில் மலர்களைத் தூவிச் சிவபெருமானை வழிபட்டான். உடனே, அந்த மலர்கள் நேரடியாகச் சிவபெருமானின் பாதங்களைச் சென்றடைந்ததாகச் சொல்வார்கள்.

அர்ச்சுனன் தூவி, கண்ணனின் தலை வழியாகச் சிவபெருமானின் காலில் சென்று சேர்ந்த அந்த மலர்களைப்போல, இங்கு பாண்டிய அரசனின் காலில் கிடக்கும் இந்த மலர்களும் ஒரு 'புதுமை'யான முறையில் வந்து சேர்ந்தவைதான்.

பாண்டியனின் ஆட்சியை ஏற்று அவனுக்குக் கப்பம் செலுத்த வந்த சிற்றரசர்கள் ஏராளம். அவர்கள் ஒவ்வொருவரும் பாண்டியனை அடிபணிந்து வணங்கியபோது, அவர்கள் தலையில் அணிந்திருந்த மலர்கள் உதிர்ந்து கீழே விழுந்தன. அப்படி விழுந்த மலர்கள்தான் இப்போது பாண்டியனின் காலடியில் குவிந்து கிடக்கின்றன.

செங்கண் நெடியான்மேல் தேர் விசயன் ஏற்றிய பூப்

பைங்கண் வெள் ஏற்றான் தாள் கண்டற்றால் எங்கும்

முடி மன்னர் சூடிய பூ மொய்ம்மலர்த் தார் மாறன்

அடிமிசையே காணப்படும்.

(செங்கண் => சிவந்த கண்

நெடியான் => திருமால் / விஷ்ணு

விசயன் => அர்ச்சுனன்

பைங்கண் => பசிய / குளிர்ந்த கண்கள்

வெள் ஏற்றான் => வெள்ளை எருதை வாகனமாக ஏற்ற சிவன்

தாள் => பாதம்

மொய்ம்மலர் => மலர்கள் மொய்த்த / நிறைந்த

தார் => மாலை

அடிமிசை => காலடியில்)

54. நீயே கண்ணன்

52வது முத்தொள்ளாயிரப் பாடலில் 'சோழனும், முருகனும் சமம்' என்று புகழப்பட்டது. அதுபோல இந்தப் பாடலில் பாண்டியனும், கண்ணபிரானும் ஒன்றே என்று எழுதுகிறார் புலவர்.

கண்ணன் சிறுபிள்ளையாக இருந்தபோது, அவனைக் கொல்வதற்காக ஓர் அரக்கன் குதிரை வடிவம் எடுத்து வந்தான். அப்போது குழந்தைக் கண்ணன் அவனை அடக்கிக் கொன்றான்.

பின்னர், அநிருத்தன் சிறைப்பட்டபோது அவனை மீட்பதற்காகக் குடக்கூத்து ஆடினான் கண்ணன்.

கோகுலத்தில் மாடுகளை மேய்த்துக்கொண்டிருந்த அந்த மாயக் கண்ணன் 'நப்பின்னை'யைக் காதலித்து மணந்தான்.

இந்தத் தகவல்களையெல்லாம் ஒவ்வொன்றாக அடுக்கிச் சொல்லிவிட்டு நம் புலவர் பாண்டியனைப் பார்த்துக் கேட்கிறார், 'கண்ணா, அப்போது நீ நப்பின்னையைத் தழுவிய நேரத்தில் உன் மார்பில் ஒரு மச்சம் இருந்தது. ஆனால், இப்போது அதைக் காணவில்லையே. அந்த மச்சத்தை எங்கே ஒளித்துவைத்திருக்கிறாய்?'

இதைக் கேட்டதும் பாண்டியனுக்குப் பெரும் திகைப்பு. 'திடீரென்று இந்தப் புலவர் ஏன் இப்படி உளறிக்கொட்டுகிறார்?' என்று மனத்தினுள் எண்ணியபடி 'என்னாச்சு புலவரே? திடீரென்று என்னைக் கண்ணன் என்று அழைக்கிறீர்கள்? என் பெயர்கூட மறந்துவிட்டதா உங்களுக்கு?' என்று புன்னகையுடன் கேட்டான் அவன்.

புலவரும் மெல்லச் சிரித்தபடி, 'நான் உங்களை அப்படி அழைத்ததில் ஏதும் தவறில்லை அரசே' என்றார், 'தெளிந்த நீர்

ஓடும் வையை ஆற்றுக்கும், மதுரை மாநகரின் மக்களுக்கும், இந்தத் தென்னாட்டவர்கள் எல்லாருக்கும் தலைவராகிய நீங்கள் அந்தக் கண்ணபெருமானின் இன்னோர் அவதாரம்தானே.'

கூந்தன்மா கொன்று குடம் ஆடிக் கோவலனாய்ப்

பூந்தொடியைப் புல்லிய ஞான்று உண்டால் யாங்கு ஒளித்தாய்

தென்னவனே, தேர் வேந்தே, தேறு நீர் கூடலார்

மன்னவனே, மார்பின் மறு.

(கூந்தன்மா => கூந்தல் (பிடரி முடி) கொண்ட குதிரை

குடம் => ஒரு வகைக் கூத்து

கோவலன் => மாடுகளை மேய்ப்பவன்

புல்லிய => தழுவிய

ஞான்று => காலம்

உண்டால் => இருந்த

யாங்கு => எங்கே

வேந்தே => அரசனே

தேறு நீர் => தெளிந்த நீர்

கூடல் => மதுரை

மறு => மச்சம்)

55. இங்கு என்ன சிறப்பு?

வேலைக்காகவோ சுற்றுலாவுக்காகவோ நாம் ஓர் ஊருக்குப் போகிறோம் என்று வைத்துக்கொள்வோம். அங்கிருந்து திரும்பும்போது எதை மறந்தாலும் ஒரு விஷயத்தைமட்டும் மறக்கமாட்டோம்: அந்த ஊரில் எது சிறப்போ அதை நம் ஊருக்கு வாங்கிக்கொண்டுதான் கிளம்புவோம். எடுத்துக்காட்டாக, திருநெல்வேலிக்குச் சென்றால் அல்வா, திருப்பதிக்குச் சென்றால் லட்டு, மதுரைக்குச் சென்றால் மல்லிகைப்பூ... இப்படி.

ஆனால், திருநெல்வேலியிலும், மதுரையிலும் என்ன சிறப்பு என்று எல்லாருக்கும் தெரியும். அதனால் சட்டென்று வேண்டியதை வாங்கிக்கொண்டு கிளம்பிவிடலாம். இவை அல்லாத வேறோர் ஊருக்குச் சென்றால் என்ன செய்வது? அங்கே என்ன கிடைக்கும், எது சிறப்பு என்று எப்படித் தெரிந்துகொள்வது?

வேறு யாரை விசாரிக்கமுடியும்? அந்த ஊரிலிருக்கிற மக்களைத்தான் கேட்கவேண்டும்.

நாம் இவ்வாறு கேட்டதும் அந்த ஊர் மக்களுக்கு ஒரு பொய்யான செல்லச் சினம் வந்துவிடும், 'என்ன இப்படிக் கேட்டுட்டீங்க?' என்று பெருமை கலந்த வியப்புடன் பதில் சொல்லத் தொடங்குவார்கள், 'எங்க ஊர்ல இது கிடைக்கும், அது கிடைக்கும்' என்றெல்லாம் தங்கள் ஊரின் சிறப்புகளை அடுக்குவார்கள். எல்லாவற்றுக்கும் தலையாட்டிவிட்டு நாம் நமக்கு வேண்டியதை வாங்கிக்கொண்டு கிளம்பவேண்டும்.

இப்படித்தான், பாண்டிய நாட்டுக்கு வந்த ஒரு பயணி அங்கிருந்த ஒருவரிடம் 'இந்த நாட்டில் என்ன சிறப்பாகக் கிடைக்கும்?' என்று தெரியாத்தனமாகக் கேட்டுவிட்டார்.

அடுத்த விநாடி, அவர் முன்னால் ஒரு பெரிய பட்டியலையே நீட்டிவிட்டார்கள் பாண்டிய மக்கள்:

'முதலாவதாக, எங்கள் பாண்டிய மண்ணைத் தோண்டினால் செம்பொன் கிடைக்கும்.

அடுத்ததாக, எங்கள் ஊர்ச் சாலைகளில் நடந்துசென்றால் இயல், இசை, நாடகம் என்று முத்தமிழும் முழங்குவதைக் கேட்கலாம். இங்கு சிறப்பான தமிழ் நூல்கள் கிடைக்கும்.

மூன்றாவதாக, எங்களுடைய நீர்நிலைகளில் குதித்துத் தேடினால் மிகச் சிறப்பான வெண் சங்கும் விலைமதிப்பு மிக்க நல்ல முத்துக்களும் கிடைக்கும்.

எங்கள் ஊருக்கு வெளியில் மலைச்சாரல் இருக்கிறது. அங்கு சென்றால் அழகான, சிறந்த யானைகள் கிடைக்கும்.

இவை எல்லாவற்றையும்விட பெரிய சிறப்பு, எங்கள் அரசனான வலிமை மிகுந்த பாண்டியனின் கூர் வேலின் நுனியில் தேடினால், அவனால் கொல்லப்பட்ட பிற நாட்டு மன்னர்களின் மாலை அணிந்த மார்புகள் ஏராளமாகக் கிடைக்கும்.'

இப்படியாக, பாண்டிய நாட்டின் வளத்தைச் சொல்வதற்காகத் தொடங்கிய இந்தப் பட்டியல், பாண்டிய மன்னனின் வீரத்தைச் சொல்லி முடிகிறது.

பார் படுப செம்பொன், பதி படுப முத்தமிழ் நூல்,

நீர் படுப வெண் சங்கும் நித்திலமும், சாரல்

மலை படுப யானை, வய மாறன் கூர் வேல்

தலை படுப தார் வேந்தர் மார்பு.

(பார் => நிலம்

படுப => காணப்படும்

பதி => இடம் / ஊர்

நித்திலம் => முத்து

வய => வலிமையான

தார் => மாலை)

56. நடுங்கும் அரசர்கள்

படமெடுத்து ஆடும் நாகப் பாம்பின் தலையில் கிடைப்பதற்கு அரிதான மாணிக்கக் கல் உள்ளது என்று சிலர் நம்புகிறார்கள்.

ஆனால், அந்தப் பாம்பை நேரில் பார்க்கிறபோது அதன் தலையில் மாணிக்கக் கல் இருக்கிறதா, இல்லையா என்று யாரும் கவனிப்பதில்லை. அந்த மாணிக்கக் கல்லை எடுத்து விற்றால் எத்தனை கோடி கிடைக்கும் என்றெல்லாம் அந்த நேரத்தில் யோசிக்கத் தோன்றுவதில்லை. அவர்கள் எத்தனை பெரிய துணிச்சல் பேர்வழிகளாக இருந்தாலும், 'ஐயோ பாம்பு, ஐயோ பாம்பு...' என்று அலறியடித்துக்கொண்டு ஓட்டம் பிடிக்கிறார்கள்.

இப்படிப் பாம்பைப் பார்த்து அஞ்சி ஓடியவர்கள்தான் 'பாம்பென்றால் படையும் நடுங்கும்' என்ற பழமொழியை உருவாக்கியிருப்பார்கள் என்று நம்பலாம்.

பழமொழி கிடக்கட்டும். இப்போது நம் முத்தொள்ளாயிரப் புலவரிடம் சில கேள்விகள் கேட்கவேண்டியிருக்கிறது.

புலவரே, இந்த மனிதர்கள் எல்லாரும் பாம்பைப் பார்த்து நடுங்குகிறார்கள். ஆனால், அந்தப் பாம்பு எதைப் பார்த்து நடுங்கும்?

'பார்த்து' நடுங்காது. 'கேட்டு' நடுங்கும்.

எதைக் கேட்டு?

வானத்திலிருந்து முழங்கும் இடி ஓசையைக் கேட்டால், பாம்புக்கு அச்சம் வரும் என்று சொல்கிறார்கள்.

அது எப்படி? எங்கோ மேலே ஒலிக்கிற இடி ஒலியைக் கேட்டுக் கீழே தரையில் இருக்கிற பாம்புக்கு எப்படி அச்சம் வரும்?

இந்த உலகத்திலிருக்கும் அரசர்கள் எல்லாருக்கும் பாண்டிய மன்னனின் சிவந்த கண்களையும், சினம் கொண்ட வேலையும் கனவில் நினைத்தாலே உடம்பு வெலவெலத்துப்போகிறதாம். அந்த உண்மை தெரியுமா உங்களுக்கு?

ஆறறிவு படைத்த மனிதர்கள், அதுவும் அரசர்கள், அவர்களே எங்கோ இருக்கிற பாண்டியனை நினைத்து இப்படி அச்சப்படுகிறார்கள். அப்படியானால், பாவம், அந்த ஐந்தறிவுப் பாம்பு இடியை நினைத்து அச்சப்படுவதில் என்ன ஐயா வியப்பு?

அரு மணி ஐந்தலை ஆடு அரவம் வானத்து

உருமேற்றை அஞ்சி ஒளிக்கும், செரு மிகு தோள்

செங்கண் மா மாறன் சின வேல் கனவுமே

அங்கண் மா ஞாலத்து அரசு.

(அரு => அரிய / அரிதான

ஐ => அழகு

அரவம் => பாம்பு

உருமேறு => பெரிய இடி

ஒளிக்கும் => ஒளிந்துகொள்ளும்

செரு => பகை

அம் => அழகிய

ஞாலம் => உலகம்)

57. பாண்டியன் பிறந்த நாள்

நம்முடைய பிறந்த நாள் வரும்போது நம் நண்பர்கள் நமக்குப் பரிசுகளைக் கொண்டுவருகிறார்கள்.

ஆனால், இதற்கு நேரெதிராக, அரசர்களுடைய பிறந்த நாள் வரும்போது அவர்கள் தங்களுடைய மக்களுக்குப் பரிசு அளிப்பார்கள், 'என் பிறந்த நாளை முன்னிட்டு உங்கள் எல்லாருக்கும் இந்த மாத வரியைத் தள்ளுபடி செய்கிறேன்' என்றோ, அல்லது, 'அடுத்த ஏழு நாள்களுக்கு நீங்கள் யாரும் வேலைக்குப் போகவேண்டியதில்லை. எல்லாரும் விருப்பம்போலக் குடிக்கலாம், கூத்தாடலாம்' என்றோ அரசர்கள் அறிவிப்பார்கள். அதைக் கேட்ட மகிழ்ச்சியில் மக்களும் அரசனின் பிறந்த நாளைச் சிறப்பாகக் கொண்டாடுவார்கள், அவனுடைய கொடை மனப்பான்மையைப் போற்றுவார்கள்.

இந்தப் பாடலில், பாண்டிய அரசனுக்குப் பிறந்த நாள் வருகிறது. ஆனால், அதைக் கேள்விப்பட்டதும் பாண்டிய நாட்டுக் குடிமக்களைவிட அவனுடைய எதிரிகள்தான் கூடுதலாக மகிழ்கிறார்கள்.

ஏன்?

பின்னே? ஆண்டுக்கு ஒருமுறைதான் பாண்டியனுக்குப் பிறந்த நாள் வருகிறது. அந்த வாய்ப்பைப் பயன்படுத்திக்கொள்ளவேண்டாமா?

போர் செய்வதையே தொழிலாகக் கொண்டவன் பாண்டியன். ஆனால், அவனுடைய பிறந்த நாளாகிய இந்த உத்திராட நட்சத்திர நாளில்மட்டும் அவன் யாரோடும் சண்டையிடுவதில்லை. மகிழ்ச்சியான மனநிலையில் காணப்படுகிறான்.

அதனால், இந்த எதிரி நாட்டு அரசர்கள் பாண்டியன் நம்மீது போர் தொடுத்துவிடுவானோ என்கிற அச்சம் இல்லாமல தங்கள் கோட்டைகளின் அழகான, பெரிய கதவுகளைத் திறந்துவிடுகிறார்கள், யானைகளிலும், தேர்களிலும், குதிரைகளிலும் சுற்றிவந்து மகிழ்கிறார்கள், ஊரெங்கும் இசை ஒலிக்கச் செய்கிறார்கள், அந்த இசைக்கேற்ப ஆடும் குதிரைகளோடு சேர்ந்து அவர்களும் நடனமாடுகிறார்கள்.

ஆனால், இந்த மகிழ்ச்சியெல்லாம் ஒரே ஒரு நாள்தான். பாண்டியனின் பிறந்த நாள் கொண்டாட்டம் முடிந்ததும், பழையபடி அவன்மேலான அச்சம் இவர்களைத் தொற்றிக்கொள்ளும். அதனால், இந்த ஒரு நாளை அவர்கள் மிகச் சிறப்பாகப் பயன்படுத்திக்கொள்கிறார்கள்.

நல்லது எதிரிகளே. இந்தத் திருநாளை நன்றாகக் கொண்டாடுங்கள். இப்போது விட்டால் இனி அடுத்த ஆண்டுதான் பாண்டியனுடைய பிறந்த நாள் வரும். அதுவரை பாண்டியன் உங்களை உயிரோடு விட்டுவைக்கிறானோ, என்னவோ. அதனால், இப்போதே நன்றாகக் கொண்டாடிக்கொள்ளுங்கள்.

கண்ணார் கதவம் திறமின், களிறொடு தேர்

பண்ணார் நடைப் புரவி பண் விடுமின், நண்ணாதீர்,

தேர் வேந்தன் தென்னன் திருவுத்திராட நாள்

போர் வேந்தன் பூசல் இலன்.

(கண்ணார் => கண்களைக் கவர்ந்திழுக்கும்

கதவம் => கதவு

திறமின் => திறந்துவிடுங்கள்

களிறு => ஆண் யானை

பண்ணார் => இசைக்கு ஏற்றபடி

புரவி => குதிரை

பண் விடுமின் => இசையுங்கள்

நண்ணாதீர் => பகைவர்களே

இலன் => இல்லாதவன்)

58. எங்கெங்கும் முத்துகள்

முத்துக்குப் புகழ்பெற்றது பாண்டிய நாடு.

அதனால், இந்தச் சிறப்பை எடுத்துக்காட்டுவதுபோல் பாண்டிய மன்னனின் வெண்கொற்றக் குடையில் ஒளி மிகுந்த சிறந்த முத்துக்கள் அழகாகப் பதிக்கப்பட்டிருக்கின்றன.

பாண்டிய நாட்டின் கடைத்தெருவில் நாம் நடந்து சென்றால், ஏராளமான வகை முத்துக்கள் விற்பனைக்குக் கிடைக்கும். சிறப்பான முத்துக்களைக் கோத்துச் செய்யப்பட்ட முத்து மாலை, முத்து வளையல் போன்ற சிறந்த அணிகலன்களையும் அங்கு பார்க்கலாம்.

இப்படி விலைமதிப்பு மிக்க பல முத்துக்களை ஒன்றாகப் பார்த்த வியப்புடன் நாம் கடைத்தெருவிலிருந்து விலகிக் கடற்கரையோரமாக நடக்கிறோம். அங்கும் ஆங்காங்கு முத்துக்கள் சிதறிக்கிடக்கின்றன.

அந்தக் காட்சி தந்த வியப்பில் நம்முடைய வாய் தானாகத் திறந்துகொள்கிறது, 'இது என்ன வியப்பு! என்னதான் பாண்டிய நாட்டில் முத்து வளம் நிறைந்திருந்தாலும் இப்படியா தரையெங்கும் முத்துக்கள் இறைந்துகிடக்கும்?' என்று வியக்கிறோம்.

கொஞ்சம் நெருங்கிப் பார்த்தால் நமக்கு உண்மை புலப்படுகிறது. அங்கு கிடப்பவை உண்மையான முத்துக்கள் இல்லை. சங்கு முட்டைகளும், திறக்காத புன்னை மொட்டுகளும், பாக்கு மரத்தின் பாளையிலிருந்து சொட்டிய மொட்டுகளும்தான் அப்படித் தரையில் சிதறிக் கிடக்கின்றன.

கோளாறு நம் பார்வையில்தான். பாண்டிய நாட்டு மன்னனின் வெண்கொற்றக் குடையிலும், மக்கள் அணிந்திருக்கும் நகைகளிலும், கடைவீதியிலும் என எங்கு பார்த்தாலும் முத்துக்களே நம் கண்ணில் பட்டுக்கொண்டிருப்பதால், கடற்கரையோரமாகக் கிடந்த சங்கு முட்டைகளும், புன்னை, பாக்கு மொட்டுகளும்கூட நமக்கு முத்துக்களைப்போல் தெரிந்துவிட்டன.

நந்தின் இளஞ்சினையும் புன்னைக் குவி மொட்டும்

பந்தர் இளங்கமுகின் பாளையும் சிந்தித்

திகழ் முத்தம்போல் தோன்றும் செம்மற்றே தென்னன்

நகை முத்த வெண்குடையான் நாடு.

(நந்து => சங்கு

சினை => முட்டை

பந்தர் => பந்தல்

கமுகு => பாக்கு

முத்தம் => முத்து

செம்மற்றே => தனித்துவம் / பெருமை உடையது

நகை முத்தம் => ஒளிமிகுந்த முத்து)

59. ஊடல் சேறு

காதலர்களிடையில் ஊடல் என்கிற பொய்யான சினம் பலவிதமான புதுமைகளைச் செய்கிறது. அவற்றில் ஒன்றுதான் இந்தப் பாடலில் காட்சியாக விரிகிறது.

மகிழ்ச்சியான கூடல் காட்சியின்போது காதலியைக் கொஞ்சி மகிழும் காதலன் அவளுடைய மார்பில் குங்குமத்தையும் சந்தனத்தையும் ஆசையோடு அள்ளிப் பூசுவான்.

அடுத்து, ஊடல் காட்சி வருகிறது. காதலன்மீது பொய்யாகச் சினம் கொண்ட காதலி, ‘நீ பூசிவிட்ட இந்த அழகுப் பொருட்களெல்லாம் எனக்கு வேண்டாம், போ’ என்று சொல்வதைப்போலச் சந்தனமும் குங்குமமும் கலந்த அந்தக் கலவையைத் தன் மார்பிலிருந்து வழித்து வீதியில் எறிந்துவிடுவாள்.

இப்படி ஒவ்வொரு வீட்டிலும் பெண்கள் ஆண்களின்மீது ஊடல் கொண்டு சந்தனத்தையும் குங்குமத்தையும் வழித்து எறிவதால், உயர்ந்த மாடங்கள் நிறைந்த பாண்டிய நாட்டின் மதுரை நகரத் தெருக்களிலெல்லாம் சேறு படர்ந்திருக்கிறது. அந்த வீதியில் நடக்கிறவர்களெல்லாம் நறுமணம் கமழும் அந்தச் சேற்றில் தடுமாறி விழுகிறார்கள்.

மைந்தரோடு ஊடி மகளிர் திமிர்ந்திட்ட

குங்கும ஈர்ஞ்சாந்தின் சேறு இழுக்கி எங்கும்

தடுமாறல் ஆகிய தன்மைத்தே தென்னன்

நெடுமாடக் கூடல் அகம்.

(மைந்தர் => ஆண்கள்

ஊடி => ஊடல் / பொய்யாகச் சினம் கொண்டு

திமிர்ந்திட்ட => வாரியிறைத்த / சிதறிவிட்ட

ஈர்ஞ்சாந்து => ஈரமான / குளிர்ந்த சந்தனம்

இழுக்கி => வழுக்கி

தன்மைத்து => தன்மை உடையது

நெடுமாட => உயர்ந்த மாடங்கள்

கூடல் => மதுரை)

60. தரை தொடராத பாதங்கள்

வானுலக தேவர்களுக்கும் இந்த உலகத்தில் வாழும் மனிதர்களுக்கும் இடையில் முதன்மையான வேறுபாடுகள் இரண்டு. முதலாவதாக, சில விநாடிகளுக்கு ஒருமுறை மனிதர்களின் கண்கள் அனிச்சையாகச் சிமிட்டிக்கொள்ளும் (அல்லது) இமைத்துக்கொள்ளும். சில பல அழகிகள் எதிர்ப்படும்போது இந்தக் கண் சிமிட்டல் இன்னும் விரைவாவதுண்டு.

ஆனால், எந்நேரமும் ரம்பை, ஊர்வசி, திலோத்தமை என்று பேரழகிகளைப் பார்த்துப் பழகியதாலோ என்னவோ, தேவர்களின் கண்கள் எப்போதும் இமைப்பதில்லை.

அடுத்து, மனிதர்களாகிய நாம் தரையில் நன்றாகக் கால் பதித்து நடக்கிறோம். ஆனால் தேவர்களின் பாதங்கள் எப்போதும் தரையில் படுவதில்லை. ஒருவேளை அவர்கள் பூமிக்கு உல்லாசப் பயணமாக வந்தாலும் தரையில் பாதம் பதிக்காமல் தரைக்குச் சற்று மேலே மிதப்பதுபோல்தான் நடந்துவருவார்கள்.

இந்த நம்பிக்கையை ரசனை மிகுந்த ஒரு பாடலாகச் செய்திருக்கிறார் முத்தொள்ளாயிரப் புலவர்.

கண்களை இமைக்காத தேவர்கள் இந்த உலகத்தில் பாதம் பதிப்பதில்லை. அது ஏன் தெரியுமா?

எங்கள் பாண்டியனுக்கு அஞ்சித்தான்.

தேர்ச் சக்கரத்தைத் தாங்கி நிமிர்த்தக்கூடிய வலுவுடைய, ஒளி மிகுந்த மாலையை அணிந்த, அழகான, உயர்ந்த வெண்கொற்றக்

குடையை உடைய எங்கள் பாண்டியனின் ஆணைப்படிதான் அந்தத் தேவர்கள் தரையில் பாதம் பதிக்காமல் நடந்து வருகிறார்கள்.

ஒருவேளை, தெரியாமல் அவர்களின் பாதம் தரையில் பட்டுவிட்டால், அவர்களும் இந்த உலகத்தை ஆளும் பாண்டியனின் அடிமைகளாகிவிடுவார்களே. அதற்கு அஞ்சித்தான் அவர்களின் பாதங்கள் தரையைத் தொடுவதே இல்லை.

நேமி நிமிர் தோள் நிலவு தார்த் தென்னவன்

காமர் நெடுங்குடைக் காவலன் ஆணையால்

ஏம மணிப் பூண் இமையார் திருந்து அடி

பூமி மிதியாப் பொருள்.

(நேமி => (தேர்ச்) சக்கரம்

நிமிர் => நிமிர்த்துகின்ற

தார் => மாலை

காமர் => அழகு

ஏமம் => தங்கம்

பூண் => அணிகலன்

இமையார் => (கண்களை) இமைக்காதவர்கள்

திருந்து அடி => திருத்தமான பாதங்கள்)

61. யானைமேல் பாண்டியன்

அந்தக் காலத்தில் சிறிய நாடுகளின் அரச பதவி என்பது சும்மா ஒப்புக்குத்தான். மதிப்பும் பெருமையும் உண்டு. என்றாலும், அதை வைத்துக்கொண்டு எதுவும் பெரிதாகச் செய்துவிடமுடியாது.

ஏனெனில், சிறிய நாடு என்பதால் அவ்வளவாக வருமானம் போதாது. நாமாக ஒரு வலுவான ராணுவத்தை அமைத்து நடத்த இயலாது. அதனால், அக்கம்பக்கத்திலிருக்கிற மற்ற நாடுகளின்மீது போரிட்டு நம் எல்லைகளை விரிவுபடுத்திக்கொள்ள முடியாது.

மற்ற நாடுகளின்மீது நாம் போர் தொடுப்பது ஒருபக்கமிருக்க, நம்மீது வேறு எவனாவது போர் தொடுத்துவிட்டால் அதை எப்படிச் சமாளிப்பது? அதற்கும் அங்கு வழியில்லை. அதனால் எந்நேரமும் உயிரைக் கையில் பிடித்துக்கொண்டு அமர்ந்திருக்கவேண்டியதுதான்.

இதைத் தவிர்ப்பதற்காகச் சிற்றரசர்கள் ஒரு வழி கண்டுபிடித்தார்கள். யாரேனும் ஒரு பேரரசனைக் கண்டுபிடித்து, 'ஐயா, நீதான் மிகச் சிறந்த அரசன். எங்களைக் காப்பாற்று' என்று சொல்லி அவன் காலில் விழுந்துவிடுவது.

'ம்ஹூம், நான் அப்படியெல்லாம் விழமாட்டேன்' என்று யாராவது ஒரு சிற்றரசன் பிடிவாதம் பிடித்தால் அவனுக்கு ஆபத்துதான். கொஞ்ச நாளில் அதே பேரரசன் அந்தச் சிற்றரசனின்மீது போரிட்டு வென்றுவிடுவான், அவனுடைய நாட்டை மொத்தமாகப் பிடித்துக்கொண்டுவிடுவான்.

அதற்குமுன்னால் நாமாக அந்தப் பேரரசனின் காலில் விழுந்துவிட்டால் ஒரு பெரிய பயன் உண்டு. அந்த விநாடியிலிருந்து, நம்மைக் காப்பாற்றுவது அந்தப் பேரரசனின் கடமையாகிவிடுகிறது. நாம்தான் மொத்தமாக அவனுடைய கட்சியில் சேர்ந்து விட்டோமே.

அதன்பின், யாரேனும் நம்மை முறைத்தால், 'யோவ், எங்க தலைவர் யார் தெரியுமா?' என்று பதிலுக்கு மிரட்டினால் போதும். அவன் அஞ்சி ஓடிவிடுவான்.

ஆனால், இந்தப் பாதுகாப்பு வசதியெல்லாம் சும்மா கிடைத்துவிடாது. நம் பெருந்தலைவருக்கு மாதந்தோறும் அல்லது ஆண்டுதோறும் வரி / கப்பம் (அந்தக் காலத் திரைப்பட விரும்பிகளுக்குப் புரிகிறமாதிரி சொல்வதானால், 'கிஸ்தி') செலுத்தவேண்டும். அப்போதுதான் அவன் நம்மைப் பாதுகாப்பான்.

இப்படி ஒவ்வொரு பேரரசனுக்குக்கீழும் ஏராளமான சிற்றரசர்கள் இருப்பார்கள். அவர்கள் கொண்டுவந்து கொட்டுகிற வரிப் பணத்திலேயே அந்தப் பேரரசன் தன் நாட்டைச் செழிப்பாக்கிக்கொள்வான்.

ஆனால், மேற்சொன்ன அடிமைக் கூட்டத்தில் சில அறிவாளிச் (அல்லது 'அசட்டுத் துணிச்சல்') சிற்றரசர்களும் இருப்பார்கள், 'எப்படியும் வரி செலுத்தப்போறோம். ஒரு பத்து நாள் கழிச்சுக் கட்டினா மவராசனுக்குத் தெரியவாபோகுது?' என்றோ, 'இத்தனை மாசமா வரி கட்டறோம், இந்த ஒரு தடவை கட்டலைன்னாதான் என்ன?' என்றோ சிந்தித்து வரி கட்டுவதைத் தள்ளிப்போடுவார்கள்.

இந்த அடாவடி வேலை பேரரசருக்குத் தெரியாதவரையில் சிக்கல் இல்லை. ஒருவேளை அவருக்குத் தெரிந்துவிட்டால், வரி செலுத்தாத அரசர்களுக்கெல்லாம் கெட்ட காலம் தொடங்கிவிட்டது என்று பொருள்.

பேரரசர் என்ன செய்வார்?

முதலில் ஒரு தூதனை அனுப்பி வரியை வாங்கப் பார்ப்பார். ஏனெனில், பணம் தொடர்பான செயல்பாடுகளில் எப்போதும் பதற்றம் கூடாது. பொறுமை வேண்டும்.

அதற்கும் மசியாத சிற்றரசர்களுக்கு அவர் ஒரு மிரட்டலை அனுப்பிவைப்பார். அதை 'மிரட்டல்' என்று சொல்வதைவிட, 'போருக்கான முன் அறிவிப்பு' என்று சொல்லலாம். 'இதோ, என் போர் யானையின்மீது போர்க் குடையைத் தூக்கி வைத்துவிட்டேன். ஏறி உட்கார்ந்தால் நேராக உங்கள் ஊருக்குதான் வருவேன். ஒரே நசுக்கில் உங்களைத் தரையோடு தேய்த்துவிடுவேன்' என்று அவர்களை அச்சுறுத்திப் பணியவைப்பதுதான் இதன் நோக்கம். இந்த மிரட்டல் உத்திக்குக் 'குடை நாட்கோள் குறிப்பது' என்று பெயர்.

இதைக் கேட்டதும் குட்டி அரசர்களின் அசட்டுத் துணிச்சலெல்லாம் கரைந்துபோக, குய்யோ, முறையோ என்று அலறியடித்துக்கொண்டு பேரரசரைப் பார்க்க ஓடுவார்கள், 'ஐயா, எங்கள்மீது சினம் கொள்ளாதீர்கள். நாங்கள் உங்கள் சினத்தைத் தாங்கமாட்டோம்' என்று கதறி அழுவார்கள், மீதியிருக்கும் வரிப் பணத்தை முழுமையாகச் செலுத்திவிடுவார்கள்.

இங்கு நம் பாண்டியனுக்குமுன்னால் அப்படியொரு காட்சிதான் அரங்கேறுகிறது.

இத்தனைக்கும், குவளை மலர்களைத் தொடுத்து மாலையாக அணிந்த பாண்டியனுக்குத் தன்னுடைய சிற்றரசர்கள்மேல் எந்தச் சினமோ, வருத்தமோ இல்லை. 'சும்மா' ஊரைச் சுற்றிவரலாம் என்று ஆசைப்பட்டு யானையின்மீது ஏறி உட்கார்கிறான். முழு நிலவுபோல் அழகாகத் தோன்றும் அவனுடைய வெண்கொற்றக் குடையும் அதே யானையின்மீது ஏறிக்கொள்கிறது.

இதைக் கேள்விப்பட்டதும் பாண்டியனின் ஆட்சிக்கு உட்பட்ட சிற்றரசர்களெல்லாம் அஞ்சி நடுங்குகிறார்கள். தங்கள்மீது போர் தொடுப்பதற்காகத்தான் பாண்டியன் யானையேறியிருக்கிறான் என்று அவர்களாகக் கற்பனை செய்துகொண்டு அதிவேகமாக ஓடிவருகிறார்கள், பாண்டியனின் அரண்மனைக்குமுன்னால் கூட்டமாக மொய்த்து நிற்கிறார்கள்.

அவர்கள் ஒவ்வொருவரின் முகத்திலும் மிகப் பெரிய அச்சம் பரவியிருக்கிறது. 'அரசே, திடீரென்று எங்கள்மேல் ஏன் சினம் கொள்கிறீர்கள்?' என்று கெஞ்சுகிறார்கள் அவர்கள், 'தயவுசெய்து எங்கள் நாட்டின்மீது போர் தொடுக்கவேண்டாம். இதோ,

உங்களுக்கு உரிய வரிப் பணத்தைக் கொண்டுவந்திருக்கிறோம். வாங்கிக்கொள்ளுங்கள்' என்று பாண்டியனுக்குமுன்னால் பணத்தைக் கொட்டி நிறைக்கிறார்கள்.

நிறைமதிபோல் யானைமேல் நீலத் தார் மாறன்

குடை தோன்ற ஞாலத்து அரசர் திறை கொள்

இறையோன் என வந்து இடம் பெறுதல் இன்றி

முறையோ என நின்றார் மொய்த்து.

(மதி => நிலவு

தார் => மாலை

ஞாலம் => உலகம்

திறை => வரி / கப்பம்

இறையோன் => இறைவன்)

62. நிற்காதே, ஓடு

சென்ற பாடலில், பாண்டியனிடம் அடிபணிந்த அரசர்களைப்பற்றிப் பார்த்தோம். இந்தப் பாடலில், அதற்கு நேரெதிராக அவனுடைய சினத்தைத் தூண்டும் பகை மன்னர்களைப் பார்க்கிறோம்.

பாண்டியனின் கையிலிருக்கும் வேல் பளபளப்பாக ஒளி வீசுகிறது. ஆனால், போர் தொடங்கிவிட்டால் அதே வேல் மிகக் கொடுமையான தோற்றம் கொள்ளும், கணக்கற்ற எதிரிகளைக் குத்திக் கொல்லும்.

அந்த வேலை ஏந்திய பாண்டியன் இப்போது பெரும் சினத்தில் இருக்கிறான்.

போர் தொடங்கிவிட்ட செய்தியை அறிவிப்பதற்காக அவனுடைய போர் முரசு ஒலிக்கிறது. அந்த ஒலியைக் கேட்டதும் பாண்டியனின் பகை மன்னர்கள் இடி ஓசையைக் கேட்ட நாகப் பாம்பைப்போல் அஞ்சி நடுங்குகிறார்கள்.

அச்சத்தின் நடுவில், 'பாண்டியன் வரும்வரை நாம் இங்கேயே இருந்தால் நம் உயிருக்கு உத்தரவாதம் இல்லை' என்று அவர்கள் தங்களுக்குள் நினைத்துக்கொள்கிறார்கள்.

இப்போது அவர்கள் உயிர்பிழைக்க ஒரே ஒரு வழிதான் இருக்கிறது. பாண்டியன் வருவதற்குள் ஊருக்கு ஒதுக்குப்புறமாகக் காட்டுப் பசுக்கள் மேயும் மலைப் பகுதிக்கு ஓடிப்போய்விடுவது.

'இத்தனை காலமாக அரண்மனையில் மகிழ்ச்சியாக இருந்துவிட்டு இப்போது காட்டில் ஒளிந்து வாழ்வதா?' என்றெல்லாம் எண்ணிப்பார்க்கக்கூட அவர்களுக்கு நேரமில்லை. ஏனெனில், பாண்டியனின் போர் முரசு ஒலி நெருங்கிவருகிறது.

அதனால், அந்தப் பகை மன்னர்கள் மிக விரைவாகக் காட்டை நோக்கி ஓடுகிறார்கள். அப்போது அவர்கள் பாண்டியனை நினைத்து எரிச்சலடைகிறார்கள். அவர்களுடைய வயிறு எரிகிறது. ஆனால், அதையும் மீறி உயிர் அச்சம் அவர்களைத் துரத்துகிறது. அவர்கள் நிற்காமல் தொடர்ந்து ஓடிக்கொண்டிருக்கிறார்கள்.

செரு வெம் கதிர் வேல் சின வெம்போர் மாறன்

உருமின் இடி முரசு ஆர்ப்ப அரவு உறழ்ந்து

ஆமா உகளும் அணி வரையின் அப்புறத்து

வேமால் வயிறு எரிய வேந்து.

(செரு => போர்

வெம் => கொடுமையான

உருமு => இடி

ஆர்ப்ப => ஒலி எழுப்ப

அரவு => பாம்பு

உறழ்ந்து => போல (பாம்பைப்போல)

ஆமா => காட்டுப் பசு

உகளும் => துள்ளித் திரியும்

வரை => மலை

வேம் => சூடாகும்)

63. தங்கக் கால்கள்

இந்தக் காலத்தில் போர் வீரர்கள் தங்களின் காலணிகளையும் இடுப்புப் பட்டைகளில் பொருத்திய உலோகப் பகுதிகளையும் நன்றாகத் தேய்த்து மெருகேற்றுகிறார்கள். அது அவர்களைப் பளபளப்பாகவும் அழகாகவும் காண்பிக்கிறது.

ஆனால், இது ஒன்றும் புதிய விஷயம் இல்லை. அந்தக் காலத்தில் பாண்டியனின் குதிரைப் படையிலிருந்த குதிரைகள்கூட இப்படிப் பளபளப்பாகத் திரிந்துகொண்டிருந்தன என்று இந்தப் புலவர் சொல்கிறார். அதுவும் வெறும் பளபளப்பு இல்லை, தங்க முலாம் பூசிய இருபத்திரண்டு காரட் ஜொலிஜொலிப்பு.

அதென்ன புதுக்கதை? போர் செய்யும் குதிரைக்கு ஏது தங்க ஜொலிஜொலிப்பு? செய்கூலி, சேதாரமெல்லாம் செலுத்தி அந்தக் குதிரைகளுக்குத் தங்க நகை செய்து கொடுத்தது யார்?

இதையெல்லாம் தெரிந்துகொள்ளவேண்டுமானால் நாம் இந்தப் புலவரோடு பாண்டியனின் போர்க்களத்துக்குச் செல்லவேண்டும்.

பாண்டியனுக்கும் அவனுடைய பகை மன்னர்களுக்கும் இடையில் கடுமையான போர் மூண்டிருக்கிறது. ஒழுங்கான வரிசையில் நிற்கும் பாண்டியனின் குதிரைப் படை வீரத்துடன் முன்னே பாய்ந்து செல்கிறது, எதிரில் யானையின்மீது அமர்ந்திருக்கும் எதிரி மன்னர்களைத் தாக்குகிறது.

அப்போதுதான் நம் புலவர் அந்த வியப்பான காட்சியைச் சுட்டிக்காண்பிக்கிறார், ‘அதோ, பாண்டியன் படையிலிருக்கும்

குதிரைகளின் கால்களைப் பாருங்கள். அவை தங்கம்போல் ஜொலிஜொலிக்கின்றன.'

அட, ஆமாம். குதிரையின் குளம்பில் யாரோ தங்கத்தை உரைத்துப் பூசியதுபோல ஜொலிஜொலிக்கிறது. அது எப்படி?

'பாண்டியனின் வீரப் படை செய்த மாயம் அது' என்கிறார் புலவர், 'இந்தக் குதிரைப் படை எதிரில் நின்ற யானைப் படையின்மீது மோதியது. அந்தத் தாக்குதலால், யானையின் கழுத்தில் கட்டியிருந்த 'புரைசை' (அல்லது 'புரோசை') என்ற கயிறு அறுந்து விழுந்துவிட்டது. அதே நேரத்தில், யானையின்மீது உட்கார்ந்திருந்த பகை அரசர்களும் தடுமாறிக் கீழே விழுந்தார்கள்.'

'அப்புறம்?'

'அப்புறமென்ன? பாண்டியனின் குதிரைகள் கீழே வீழ்ந்த அந்தப் பகை மன்னர்களின் தலையிலிருந்த மணிமுடிகளை உதைத்து விளையாடத் தொடங்கிவிட்டன' என்று சிரிக்கிறார் புலவர், 'இப்படி நாள்முழுதும் எதிரி மன்னர்களின் தங்க மணிமுடிகளை உதைத்துக்கொண்டிருப்பதால்தான் அந்தக் குதிரைகளின் குளம்பில் தங்கம் படிந்து ஜொலிஜொலிக்கிறது.'

நிரை கதிர் வேல் மாறனை நேர்நின்றார் யானைப்

புரைசை அற நிமிர்ந்து பொங்கா அரசர் தம்

முன்முன்னா வீழ்ந்த முடிகள் உதைத்த மாப்

பொன்உரைகல் போன்ற குளம்பு.

(நிரை => வரிசை

புரைசை => புரோசை => யானையின் கழுத்தில் கட்டப்படும் கயிறு

அற => அறுந்து விழ

பொங்கா => பொங்கி

மா => குதிரை)

64. கவிதை எழுதும் யானைகள்

பாண்டியனின் போர்க்களத்தில் வியப்பூட்டும் காட்சிகளுக்குக் கணக்கே இல்லை.

சற்றுமுன் தங்கம் பூசிய குதிரைக் குளம்புகளைப் பார்த்தோம், இப்போது, கவிதை எழுதும் யானைகளைப் பார்க்கிறோம்.

யானைகள் கவிதை எழுதுமா? அதுவும் போர்க்களத்திலா? நாம் ஐயத்துடன் உற்றுப் பார்க்கிறோம்.

நாம் கேள்விப்பட்டது உண்மைதான். பாண்டியன் படையைச் சேர்ந்த யானைகள் அங்கு சுறுசுறுப்பாக ஏதோ எழுதிக்கொண்டிருக்கின்றன. யானைகள் எதிரிகளின் மார்புகளைக் குத்திக் கிழிப்பதைத்தான் புலவர் இப்படிப் புதுமையாகக் குறிப்பிடுகிறார்.

அந்த யானைகள் தங்கள் தந்தங்களையே எழுத்தாணியாகக் கொண்டு, வீரம் மிகுந்த எதிரி நாட்டு மன்னர்களின் அச்சமூட்டும் மார்பை ஓலையாகக் கொண்டு, 'செல்வம் நிறைந்த இந்த உலகம்முழுதும் எங்கள் மன்னன் பாண்டியனுக்குச் சொந்தம்' என்று எழுதுகின்றன.

மருப்பு ஊசியாக மறம் கனல் வேல் மன்னர்

உருத்தகு மார்பு ஓலையாகத் திருத்தக்க

வையகம் எல்லாம் எமது என்று எழுதுமே

மொய்யிலை வேல் மாறன் களிறு.

(மருப்பு => கொம்பு / தந்தம்

மறம் => வீரம்

உரு => அச்சம்

உருத்தகு => அச்சம்கொள்ளக்கூடிய

திரு => செல்வம்

திருத்தக்க => செல்வம் நிறைந்த

மொய்யிலை => நெருங்கிய / செறிந்த இலை)

65. தந்தத்துக்கு ஒரு வேலை

ஒருவரை வேலையில் சேர்க்கும்போதே அவர்கள் செய்யவேண்டிய கடமைகள் என்னென்ன என்று தெளிவாகப் பட்டியல் தந்துவிடுவது நல்லது. அப்போதுதான் அவர்களுக்குத் தங்களின் வேலை எப்படிப்பட்டது, எத்தனை நேரம் எடுக்கக்கூடியது என்றெல்லாம் புரியும். அவர்கள் அதைச் சரியாகச் செய்கிறார்களா, இல்லையா என்று நாமும் சரிபார்க்கமுடியும்.

எடுத்துக்காட்டாக, அலுவலகத்தில் ஒரு புதிய நபரைச் சேர்க்கிறோம், அவரை அழைத்து, 'இந்தாப்பா, நம்ம மேலாளர் சொல்ற கடிதத்தையெல்லாம் ஒழுங்காத் தட்டச்சு பண்ணிக் கொடுக்கவேண்டியது உன்னோட வேலை. அப்புறம், அந்தக் கடிதங்கள்ல அவரோட கையொப்பத்தை வாங்கணும், அதுக்குக் கீழே நம்ம நிறுவனத்தோட முத்திரையை வைக்கணும், அதை உறையில போட்டு ஒட்டி அஞ்சல் பெட்டியில போடணும்' என்று சொல்கிறோம்.

இதுபோல, பாண்டியனின் யானைப் படையில் புதிதாகச் சேர்கிற யானைகளுக்கெல்லாம் வழிகாட்டியாக இந்த முத்தொள்ளாயிரப் பாடல் அமைந்திருக்கிறது.

மார்பில் மாலை அணிந்த பாண்டியன் எதிரிகளுக்கு அச்சம் தரக்கூடியவன். அவனுடைய உயர்ந்த, அழகான யானைகளும், அவற்றின் தந்தங்களும் செய்யவேண்டிய வேலை / கடமை என்ன தெரியுமா?

நிறைய இல்லை. இரண்டே இரண்டு வேலைகள்தான். ஒவ்வொரு தந்தத்துக்கும் ஒரு வேலை.

முதல் தந்தம், எதிரிகளின் மார்பைக் குத்திக் கிழிக்கவேண்டும்.

இரண்டாவது தந்தம், வேற்று நாட்டு மதில் சுவர்களை / கதவுகளை மோதி உடைக்கவேண்டும்.

அவ்வளவுதான். நாள்முழுதும் பாண்டியனின் யானைகள் இந்த வேலையைத் தொடர்ந்து செய்துகொண்டிருக்கும். வீரம் மிகுந்த பாண்டியனின் படையினர் ஒவ்வொரு நாடாக, ஒவ்வொரு கோட்டையாகக் கைப்பற்றிக்கொண்டேயிருப்பார்கள்.

உருவத் தார்த் தென்னவன் ஓங்கு எழில் வேழத்து

இரு கோடும் செய்தொழில் எண்ணில், ஒரு கோடு ஆங்கு

வேற்றார் அகலம் உழுமே, மற்று ஏனையது

மாற்றார் மதில் திறக்குமால்.

(உரு => அச்சம்,

தார் => மாலை

வேழம் => யானை

கோடு => தந்தம் / கொம்பு

எண்ணில் => எண்ணிப்பார்த்தால்

ஆங்கு => அங்கே

அகலம் => மார்பு

உழும் => குத்திக் கிழிக்கும்)

66. அழகைக் கடன் கொடுங்கள்

பாண்டியனின் படையிலுள்ள யானைகளின் அழகு இந்தப் பாடலில் படிப்படியாக விளக்கப்படுகிறது.

முதலாவதாக, பாண்டியனின் யானைகள் மாபெரும் மலையைப்போன்ற உயர்ந்த தோற்றம் உடையவை, மிகப் பெரியவை.

அடுத்து, அவை எழுப்பும் ஓசை கடல் அலைகளின் முழக்கத்தைப்போன்றது. எல்லாத் திசைகளிலும் உரக்க ஒலித்து அச்சம் உண்டாக்கக்கூடிய பிளிறல் அது.

மழை நீரைப்போல அவற்றின் கன்னங்களில் மத நீர் வழிந்து ஓடுகிறது.

பாய்ந்து பரவுகின்ற காற்றை யாராலும் தடுக்கமுடியாது. அதுபோல, பாண்டியனின் படை யானைகள் அழகாக நடந்து செல்லும்போது யாரும் அவற்றின் எதிரில் நிற்கமுடியாது.

மொத்தத்தில், பாண்டியனின் யானைகளைப் பார்த்ததுமே எதிரிப் படையினர் உயிர் அச்சம் கொண்டு நடுங்கிப்போய் நிற்பார்கள். இறப்புக் கடவுளான எமனையே நேரில் பார்த்தால்கூட அவர்கள் இந்த அளவு அச்சப்படுவார்களா என்று சொல்வதற்கில்லை.

அதனால், இந்த யானைகளுக்குமுன்னால் தன் புகழ் குறைகிறது என்று புரிந்துகொண்ட அந்த எமதர்மராஜன், ‘எல்லாரும் என்னைப் பார்த்து அச்சப்பட்டால்தான் என் தொழிலுக்கு

நல்லது. அதனால், தயவுசெய்து கொஞ்சம் அழகைக் கடன் கொடுங்கள்' என்று பாண்டியனின் யானைகளிடம் கெஞ்சுவான்.

எங்கள் தலைவன், ஒளி வீசும் வேலை ஏந்திய பாண்டியனின் யானைகளுடைய தகுதியும், சிறப்பும் இப்போது நன்றாகப் புரிந்திருக்கும்.

தோற்றம் மலை, கடல் ஓசை, புயல் கடாம்,

காற்றின் நிமிர்ந்த செலவு இற்றாய்க் கூற்றும்

குறியெதிர்ப்பைக் கொள்ளும் தகைமைத்தே எம் கோன்

எறி கதிர் வேல் மாறன் களிறு.

(புயல் => மழை நீர்

கடாம் => யானையின் மத நீர்

செலவு => செல்லுதல்

கூற்று => எமன்

குறியெதிர்ப்பை => கடன் வாங்குதல்

தகைமை => தகுதி

கோன் => அரசன்

களிறு => ஆண் யானை)

67. தந்தம் இல்லாத யானை

சில ஆண்களுக்கு அவர்களின் அழகான முறுக்கு / நறுக்கு மீசை ஒரு தனி அழகைக் கொடுக்கிறது. இந்த மீசையை ஆண்மையின் அடையாளமாகவே சொல்கிறவர்களும் உண்டு.

இப்படி அழகான தனது ‘மீசை’யால் ஒரு பெண்ணின் மனத்தைக் கவர்ந்து அவளுடைய காதலைப் பெற்றான் ஒருவன். பின்னர் ஒரு நாள், சவரம் செய்யும்போது சிறு கவனக்குறைவு. திடுதிப்பென்று அவனுடைய மீசை தொலைந்துபோய்விட்டது.

இப்போது அவனுடைய நிலைமையை எண்ணிப் பாருங்கள். அவனுடைய மீசை அழகுக்காகவே அவனை நேசிக்கத் தொடங்கிய அந்தப் பெண்ணின் முகத்தில் இனி எப்படி விழிப்பான் அவன்? அவள்முன் சென்று நிற்பதற்குக்கூடக் கூச்சப்பட்டுக்கொண்டு, இந்த மீசை பழையபடி வளரும்வரை அவளுடைய கண்ணில் தோன்றாத தொலைவுக்குச் சென்றுவிடமாட்டோமா என்றுதான் நினைப்பான் அந்தக் காதலன்.

ஆண்களுக்கு அழகின் அடையாளமாக விளங்குகிற இந்த மீசையைப்போல், ஆண் யானைகளுக்குத் தந்தங்கள்தான் அழகு.

ஆனால், பாண்டியனின் படையைச் சேர்ந்த யானைகளுக்கு அந்த அழகும் நிரந்தரமில்லாத நிலைமை.

பாண்டியனின் யானைகள் எதிரிகளின் வலுவான கோட்டைச் சுவர்களின்மீது முட்டி மோதி அவற்றை உடைத்துத் தகர்க்கின்றன. ஆனால், இந்தத் தாக்குதலில் அந்த யானைகளின் தந்தங்கள்

உடைந்து அல்லது முறிந்து அல்லது சிதைந்து அல்லது காணாமல் போய்விடுகின்றன.

தந்தம் முறிந்துபோய்விட்டபின் அந்த யானைகள் என்ன செய்யும்? பிள்ளையார் உடைந்த தந்தத்தை வைத்துக்கொண்டு மகாபாரதம் எழுதினார் என்பார்கள். எல்லா யானைகளாலும் அப்படிச் செய்யமுடியுமா!

பாண்டியன் படையிலிருக்கிற எல்லா யானைகளையும் நம்மால் கவனிக்கமுடியாது. அதனால், இந்த ஒரு யானையைமட்டும் கவனித்துத் தெரிந்துகொள்வோம். ஓர் ஆனைக் கூட்டத்துக்கு ஓர் ஆனை பதம்.

சண்டை முடிந்து பாண்டியன் வென்றபிறகும் போர்க்களத்திலிருந்து வெளியேற மனமில்லாமல் நிற்கிறது இந்த யானை. ஏன்?

நாம் அக்கறையோடு விசாரிக்க, 'அடப் போப்பா' என்று சலித்துக்கொள்கிறது அந்த யானை, 'இந்தப் போர்ல என்னோட தந்தங்கள் ரெண்டும் முறிஞ்சுபோச்சு. இந்தக் கோலத்தில நான் எப்படி என் காதலியைப் பார்க்கப் போவேன்?'

சரியான கவலைதான். 'வீரமாகப் போரிட்டு வென்ற கதையெல்லாம் இருக்கட்டும். ஆனால் இப்படி அழகான தந்தத்தைத் தொலைத்துவிட்டு வந்து நிற்கிறாயே' என்று தன்னுடைய காதலியாகிய பெண் யானை கேலியாகப் பேசிச் சிரித்துவிடுமோ என்று வெட்கப்பட்டுக்கொண்டு இந்த ஆண் யானை இங்கேயே நிற்கிறது.

ஒருவேளை, தன்னைத் தேடிக்கொண்டு அந்தப் பெண் யானை இங்கேயே வந்துவிட்டால் என்ன செய்வது என்று அந்த யானைக்கு அச்சம் வருகிறது. அதனால், இறந்துபோன அரசர்களின் குடல்களை வாரித் தன்னுடைய உடைந்த தந்தங்களை மறைத்துக்கொள்கிறது அந்த யானை.

அடு மதில் பாய அழிந்தன கோட்டைப்

பிடிமுன் பழக அது அழில் நாணி முடி உடை

மன்னர் குடரால் மறைக்குமே செங்கனல் வேல்

தென்னவர் கோமான் களிறு.

(அடு மதில் => கொல்லக்கூடிய கருவிகள் நிறைந்த மதில்,

கோடு => தந்தம்

பிடி => பெண் யானை

அழில் => அழிவு

குடர் => குடல்

களிறு => ஆண் யானை)

68. பயந்த நரிகள்

பாண்டியனின் போர்க்களம். வழியெங்கும், அவனோடு போரிட்டு இறந்த பகை மன்னர்களின் உடல்கள் வீழ்ந்துகிடக்கின்றன.

உயிர் போய்விட்ட நிலையிலும்கூட அந்தப் பகை மன்னர்களின் முகங்களில் சினமும், பாண்டியனின்மீதான பொறாமையும் நிறைந்திருக்கின்றன.

பாண்டியனின் வாளால் வெட்டப்பட்டு, அல்லது ஒளி விடும் வேல்களால் குத்தப்பட்டுக் கிடக்கும் அந்தப் பிணங்களைத் தின்பதற்காக நரிக் கூட்டங்கள் வருகின்றன.

ஆனால், பக்கத்தில் வந்த நரிக் கூட்டம் அந்தப் பிணங்களின் முகத்தில் பொங்கும் சின உணர்ச்சிகளையும், வளைந்திருக்கும் புருவங்களையும் பார்த்து அஞ்சிவிடுகிறது. 'ஒருவேளை, இந்தப் பயல் உயிரோடுதான் இருக்கிறானோ? இவனைத் தின்பதற்காக நாம் பக்கத்தில் நெருங்கினால் சட்டென்று விழித்தெழுந்து நம்மைப் பிடித்துச் சாப்பிட்டுவிடுவானோ?' என்றெல்லாம் அஞ்சிகொண்டு, உரக்க ஊளையிட்டபடி வெகுதொலைவுக்கு ஓடிவிடுகின்றன அந்த நரிகள்.

வெருவரு வெஞ்சமத்து வேல் இலங்க வீழ்ந்தார்

புருவ முரிவு கண்டு அஞ்சி நரி வெரீஇச்

சேண் கனித்தாய் நின்று அழைக்கும் செம்மற்றே, தென்னவன்

வாள்கனித்தாய் வீழ்ந்தார் களம்.

(வெரு => அச்சம்

வெஞ்சமம் => கொடுமையான போர்

இலங்க => ஒளி வீச

முரிவு => மடிப்பு / வளைவு

வெரீஇ => அஞ்சி

சேண் => தொலைவு

செம்மற்றே => செம்மை உடையதே

வாள்கணித்தாய் => வாளுக்கு அருகே)

69. துன்பக் காட்சிகள்

போர் முடிந்துவிட்டது. வெற்றி மாலை சூடிய பாண்டியன் போர்க் களத்தைச் சுற்றிவருகிறான்.

என்னதான் போரில் வென்றுவிட்டாலும் பாண்டியனின் படையிலும் இழப்புகளுக்குக் குறைச்சலில்லை. வீரத்துடன் உயிர் துறந்த தன்னுடைய படை வீரர்களின் உடல்களைக் குவித்துத் தீ மூட்டும் காட்சியைக் கண்டான் பாண்டியன்.

அந்தக் காலத்தில் கணவன் இறந்துவிட்டால் அவனுடைய பிணத்தை எரிக்கையில் அவன் மனைவியையும் உயிரோடு கொளுத்திவிடுகிற கொடுமையான பழக்கம் இருந்தது. இதற்கு 'உடன்கட்டை ஏறுதல்' அல்லது 'ஸதி' என்று பெயர்.

இந்தக் கொடிய வழக்கத்தின்படி அன்றைய நாளில் ஏராளமான படை வீரர்கள் எரியூட்டப்படும்போது, அவர்களின் கைம்பெண் மனைவிகளும் அவர்களோடு தீயில் மூழ்கடித்துக் கொல்லப்பட்டார்கள்.

இதையெல்லாம் பார்க்க முடியாமல் தன்னுடைய மேலாடையால் கண்களை மூடிக்கொள்கிறான் பாண்டியன்.

இந்த வருத்தம் மனிதர்களுக்குமட்டுமில்லை. போரில் தங்களின் துணை யானைகளை இழந்த பெண் யானைகள் கதறும் காட்சியைப் பார்த்து மற்ற யானைகளும் வருந்திக் கண்களை மூடிக்கொண்டன.

ஏனைய பெண்டிர் எரிமூழ்கக் கண்டு தன்

தானையால் கண்புதைத்தான் தார் வழுதி யானையெலாம்

புல்லார் பிடி புலம்பத் தாம் கண்புதைத்தவே

பல் யானை அட்ட களத்து.

(எரிமூழ்க => நெருப்பில் விழ

தானை => ஆடை

கண் புதைத்தான் => கண்ணை / முகத்தை மூடினான்

தார் => மாலை

புல்லார் => எதிரிகள்

பிடி => பெண் யானை

அட்ட => கொலை செய்யப்பட்ட)

70. பாண்டியன் கட்டளை

பாண்டியனின் அரச கட்டளைக்கு அடிபணியாதவர்கள் பெரிய அழிவுக்குத் தயாராகவேண்டும்.

அவனுடைய ஆட்சியை மதித்து ஏற்காவிட்டால், முதல்வேலையாக அவன் அவர்களுடைய நாட்டின்மீது படையெடுப்பான். அவனுடைய படையினர் அவர்களுடைய நாட்டில் ஒரு புல், பூண்டைக்கூட மீதி வைக்காமல் அழித்துவிடுவார்கள்.

வெற்றிக்கான வாகை மலர் சூடி அவர்கள் ஆட்சி செய்த அரண்மனைகளில் அப்போது பேய்களும், கோட்டான்களும் புகுந்துகொள்ளும்.

எந்நேரமும் மகிழ்ச்சி குடிகொண்டிருந்த உயர்ந்த மாடங்களில் அமர்ந்துகொண்டு கோட்டான்கள் பாட்டுப் பாடும். அந்தப் பாடலைக் கேட்டபடி கொடும் பேய்கள் நடனமாடி மகிழும்.

எதிரி நாட்டு அரசர்களே, உங்களுக்கு இத்தனை தொல்லை எதற்கு? பேசாமல் பாண்டியனின் கட்டளையை ஏற்றுக்கொண்டுவிடுங்கள்.

வாகை வன மாலை சூடி அரசு உறையும்

ஓகை உயர் மாடத்து உள்ளிருந்து கூகை

படுபேய்க்குப் பாட்டு அயரும் பண்பிற்றே தென்னன்

விடுமாற்றம் கொள்ளாதார் நாடு.

(வாகை => வெற்றிக்கு உரிய மலர்

வனம் => அழகு

உறையும் => வாழும்

ஓகை => மகிழ்ச்சி

கூகை => கோட்டான்

படுபேய் => பல்வேறு பேய்கள்

அயரும் => விளையாடி மகிழும்

விடுமாற்றம் => சொல் / செய்தி / கட்டளை

கொள்ளாதார் => ஏற்காதவர்)

71. பிழைக்கத் தெரியாதவர்கள்

பறைகளைச் சுமந்துவரும் பாண்டியனின் யானைகள் கொலைத்தொழில் பழகியவை.

சிறப்பு மிகுந்த அந்த யானைப் படையின் தலைவனாகிய பாண்டியன் ஒரு பெரிய நாட்டைக் கட்டியாளும் பேரரசன். அவனுக்குக் கீழுள்ள சிற்றரசர்கள் எல்லாரும் அவனை வணங்கி, அடிபணிந்து கப்பம் செலுத்துகிறார்கள்.

ஒருவேளை யாரேனும் அப்படிக் கப்பம் செலுத்த மறந்(றுத்)துவிட்டால் அவர்கள் 'பிழைக்கத் தெரியாதவர்கள்' என்றுதான் பொருள். ஏனெனில், உடனடியாக அவர்கள்மீது போர் தொடுத்துவிடுவான் பாண்டியன். அவர்கள் தங்களுடைய அழிவுக்குத் தாங்களே காரணமாகிவிடுவார்கள்.

ஒரு குறிப்பிட்ட நாட்டின்மீது போர் தொடுக்கும் அரசர்கள் அதற்கு முதல் அடையாளமாக அந்த நாட்டிற்குச் சென்று அங்குள்ள பசுக் கூட்டங்களை விரட்டிக் கொண்டுவந்துவிடுவார்கள்.

உடனே, பசுக்களைப் பறிகொடுத்த நாட்டவர்கள் அவர்களைத் துரத்திக்கொண்டு செல்லவேண்டும், அவர்களோடு சண்டையிட்டுப் பசுக்களை மீட்டு வரவேண்டும். இதுதான் பொதுவான மரபு.

ஆனால், இந்த விதிமுறைகளெல்லாம் ஒன்றுக்கொன்று இணையான வலிமை கொண்ட நாடுகளிடையில் போர் மூள்கிறபோதுதான் சரிப்படும். பாண்டியனைப்போன்ற வலிமை மிகுந்த அரசன் வேறொரு சிறு நாட்டின்மீது போர் தொடுக்கத்

தீர்மானித்துவிட்டால், அங்கிருக்கும் பசுக் கூட்டங்களைக் கவர்ந்து சென்றுவிட்டால், அதைப் பார்க்கிறவர்கள் எல்லாரும் பதறிப்போய்விடுவார்கள், அந்தப் பசுக்களோடு தங்களின் உயிரும் போய்விட்டதுபோல் நடுங்கிப்போவார்கள்.

அந்த ஊரிலுள்ள பெண்கள், குழந்தைகளெல்லாம் *'ஆ! பாண்டியனோடு போரிட்டு நாம் வெல்வதா? அது எப்படி முடியும்?'* என்று அச்சப்பட்டுக்கொண்டு ஊரை விட்டு வெளியேறிவிடுவார்கள்.

பெண்கள் எல்லாரும் வெளியேறியபின் ஊருக்குள் ஆண்களுக்கு என்ன வேலை? ஒன்று, அவர்களும் அஞ்சி ஓடிவிடுவார்கள், அல்லது பாண்டியனுடன் போரிடச் சென்று இறந்துபோவார்கள்.

இப்படியாக, அந்த நாட்டிலுள்ள எல்லாரும் காலியானபின் அங்கு வெறும் பேய்கள்தான் தங்கியிருக்கும்.

பறை நிறை கொல்யானைப் பஞ்சவர்க்குப் பாங்காய்த்

திறை முறையின் உய்யாதோர் தேயம் முறைமுறையின்

ஆன் போய் அரிவையர் போய் ஆடவர் போய் ஆய் ஈன்ற

ஈன் பேய் உறையும் இடம்.

(நிறை => நிறைவு / அழிவின்மை / சிறப்பு

பஞ்சவர் => பாண்டிய மன்னர்கள்

திறை => வரி / கப்பம்

உய்யாதோர் => பிழைக்கமுடியாதவர்கள்

தேயம் => நாடு

முறைமுறை => அரசர்களின் போர் மரபுப்படி

ஆ => பசு

அரிவை => பெண்

ஆய் => தாய்

உறையும் => தங்கும்)

72. தோற்ற மயக்கம்

போர் முடிந்துவிட்டது. போர்க்களத்தை வலம் வருகிறான் பாண்டியன்.

வழியெங்கும் எதிரி நாட்டு மன்னர்களின் பிணங்கள் விழுந்துகிடக்கின்றன. உயிர் நீங்கிவிட்டாலும் அந்தக் கண்களில் இன்னும் சினம் குறையவில்லை, உணர்ச்சி பொங்க உதடுகளை அழுத்திக் கடித்திருக்கிறார்கள், அவர்களின் கைகளிலுள்ள கூர்மையான வேல்கள் யாரையோ வானத்தில் குறிபார்க்கின்றன.

அருகில் அந்த மன்னர்களின் பட்டத்து யானைகள் சரிந்து கிடக்கின்றன. அவற்றை அணைத்தபடி விழுந்து கிடக்கும் அந்தப் பிணங்களைப் பார்க்கும்போது இவர்கள் உண்மையாகவே இறந்துவிட்டார்களா, அல்லது இன்னும் உயிரோடுதான் இருக்கிறார்களா என்று புரியாதவன்போல் திகைத்து நிற்கிறான் பாண்டியன்.

கொடித்தலைத் தார்த் தென்னவன் தேற்றான்போல் நின்றான்

மடித்த வாய் சுட்டிய கையால் பிடித்த வேல்

கண் நேரா ஓச்சிக் களிறு அணையாக் கண்படுத்த

மண் நேரா மன்னரைக் கண்டு.

(தார் => மாலை

தேற்றான் => தெளிவில்லாதவன்

கண் நேரா ஓச்சி => கண்ணுக்கு நேராக நீட்டியபடி

அணையா => அணைத்தபடி

கண்படுத்த => தூங்கிக் கிடந்த)

73. சிவந்த கண்கள்

பாண்டியனின் சினம் மிகப் பெரியது. அவனுடைய கண்கள் சினத்தில் சிவந்துவிட்டால் அந்தச் சிவப்புக்கு இணையாகப் போர்க்களத்தில் இரத்தம் சிந்தும்.

போரில் ஒவ்வொரு பகை மன்னரை வீழ்த்தும்போதும் அவனுடைய கண்களின் சிவப்பு குறைவதில்லை. மாறாக, அது மேலும் மேலும் கூடும்.

அப்படியானால், பாண்டியனின் சிவந்த கண்கள் எப்போதுதான் பழைய நிலைக்குத் திரும்பும்?

அதற்கு ஒரு சிறப்பு மருந்து இருக்கிறது. அதை இந்தப் பாடலில் விளக்குகிறார் முத்தொள்ளாயிரப் புலவர்.

போர் முடிந்தபிறகு, எதிரி மன்னர்கள் எல்லாரையும் முடித்தபிறகு, இன்னும் சினம் குறையாத, சிவந்த கண்களுடன் பாசறையில் அமர்ந்திருக்கிறான் பாண்டியன்.

அப்போது, அவனால் கொல்லப்பட்ட எதிரி நாட்டு மன்னர்களின் குடும்பத்தைச் சேர்ந்த சிலர் அவனைப் பார்த்து மன்னிப்புக் கேட்பதற்கு வருகிறார்கள்.

முதலில் வருவது அந்த மன்னர்களின் கைம்பெண் மனைவிகள். கணவனை இழந்த அவர்கள் பேரரசன் பாண்டியனுக்கு முன்னால் நேரடியாக வந்து நிற்பதற்குத் தயங்குகிறார்கள், அதனால், அவர்கள் தங்களின் மகன்களை முன்னால் அனுப்புகிறார்கள், அவர்களுக்குப் பின்னால் ஒளிந்து நிற்கிறார்கள்.

அந்த மகன்கள் எல்லாரும் சிறு குழந்தைகள்தான். அவர்களுக்கு போர்த் தொழிலும் தெரியாது, ஆட்சி செய்வது எப்படி

என்றும் தெரியாது. ஆனாலும், இறந்துபோன மன்னர்களுக்கு அவர்கள்தானே வாரிசுகள்.

அதனால், அவர்களை முன்னால் நிறுத்திக்கொண்டு, 'பேரரசே, இந்தப் பச்சிளம் பிள்ளையின் முகத்தைப் பாருங்கள். எங்கள்மீது இரக்கம் காட்டுங்கள். சினத்தை விடுங்கள். தாங்கள் கைப்பற்றியுள்ள எங்கள் நாட்டை எங்களுக்கே திருப்பிக் கொடுத்துவிடுங்கள்' என்று அந்தப் பெண்கள் கெஞ்சுகிறார்கள், வீரத்தைக் குறிக்கும் 'கழல்' என்கிற நகையை அணிந்த பாண்டியனின் கால்களில் விழுந்து கதறுகிறார்கள்.

பரிதாபத்துக்குரிய அவர்களின் தோற்றத்தையும், வருத்தத்தையும், கெஞ்சலையும் பார்க்கப் பார்க்க, பாண்டியனின் சிவந்த கண்கள் சினம் தணிந்து பழையபடி மாறுகின்றன.

தொழில் தேற்றாப் பாலகனை முன்நிறீஇப் பின் நின்று

அழல் இலை வேல் காய்த்தினர் பெண்டிர் கழல் அடைந்து

மண் இரத்தல் என்ப வயங்கு தார் மாமாறன்

கண்ணிரத்தம் தீர்க்கும் மருந்து.

(தேற்றா => தெளிவில்லாத / தெரியாத

முன்நிறீஇ => முன்னால் நிறுத்தி

அழல் => சினம்

காய்த்தினர் => சினம் மூட்டியவர்கள்

கழல் => காலில் அணியும் ஒரு நகை

இரத்தல் => கெஞ்சுதல்

வயங்கு => ஒளி மிகுந்த / விளங்கும்

தார் => மாலை

கண்ணிரத்தம் => சிவந்த கண்கள்)

74. கனவில் வந்தவன்

நள்ளிரவு. படுக்கையில் மலங்க மலங்க விழித்துக்கொண்டு அமர்ந்திருக்கிறாள் ஓர் அழகி.

என்ன ஆயிற்று அவளுக்கு? அவளே சொல்கிறாள்:

'மதம் பிடித்த யானைகளை அடக்கியாளும் அரசன் பாண்டியன். அவன் என் கனவில் வந்தான்.'

சரி. பாண்டியன் கனவில் வருவது நல்லதுதானே? அதற்கு ஏன் இந்தப் பெண் திகைத்துப்போய் உட்கார்ந்திருக்கிறாள்?

'அதுமட்டுமில்லை. அவன் என்மேல் அன்போடு நடந்துகொண்டான், என்னிடம் காதல் மொழிகள் பேசினான், என்னை அன்போடு அணைத்து முத்தமிட்டான்.'

அட, மிகவும் மகிழ்ச்சி. உங்கள் காதல் நூறாண்டு காலம் வாழட்டும். ஆனால், பாண்டியன் உன் கனவில் வந்து உன்னிடம் காதலோடு பழகியதற்கும் நீ இப்போது திகைப்புடன் அமர்ந்திருப்பதற்கும் என்ன தொடர்பு?

'தொடர்பு இருக்கிறது', இன்னும் திகைப்பு விலகாத கண்களோடு அந்தப் பெண் தொடர்ந்து சொல்கிறாள், 'அவன் என்னைத் தழுவியதும் நானும் அவனைத் தழுவுவதாக நினைத்துக்கொண்டு சிவந்த காந்தள் மலர்களைப்போன்ற என்னுடைய மெல்லிய விரல்களால் அவனைத் தொட்டேன். ஆனால், அடுத்த விநாடி என் கனவு கலைந்துவிட்டது. என்னோடு இருந்த பாண்டியனைக்

காணவில்லை. நான்மட்டும் இப்போது தனிமைத் துன்பத்தில் தவித்துக்கொண்டிருக்கிறேன்.'

களி யானைத் தென்னன் கனவில் வந்து என்னை

அளியான் அளிப்பானே போன்றான், தெளியாதே

செங்காந்தள் மெல்விரலால் சேக்கை தடவந்தேன்,

என் காண்பேன் என் அலால் யான்.

(களி => மதம்

அளி => அன்பு / அருள்

சேக்கை => படுக்கை

தடவந்தேன் => தடவினேன்

என் அலால் => நான் அல்லாமல் / என்னைத்தவிர)

75. குவளையின் தவம்

கார்காலத்தில் மலர்ந்த குவளை மலர் குளத்தின் நடுவில் ஒற்றைக் காலில் தவமிருக்கிறது.

குளிர்ச்சியான காலத்தில் நடுங்கவைக்கும் தண்ணீரில் நின்றுகொண்டு எதற்காக இந்தத் தவம்?

இந்தக் கேள்விக்குப் பதில் தெரியவேண்டுமானால், சிறிது நேரம் கழித்துப் பேரரசன் பாண்டியனைப் பார்க்கவேண்டும்.

கூரான வேலை ஏந்திய பாண்டியன் மிக விரைவாகத் தாவிச் செல்லும் குதிரையின்மீது ஏறிப் பயணம் செய்கிறான். அவனுடைய பெருமைக்குரிய மார்பில் தவழுகிற குவளை மலர் மாலையை வண்டுகள் மொய்க்கின்றன.

இப்போது புதிருக்கு விடை கிடைத்துவிட்டது. குளத்தின் நடுவில் தவமிருந்த குவளை மலருக்குப் பாண்டியன் மார்பில் தவழும் வரம் கிடைத்திருக்கிறது.

கார் நறு நீலம் கடிக் கயத்து வைகலும்

நீர்நிலை நின்ற தவங்கொலோ கூர் நுனி வேல்

வண்டு இருக்கும் நக்க தார் வாமான் வழுதியால்

கொண்டிருக்கப்பெற்ற குணம்.

(கார் => மழை

நறு => மணம்

கடி => சிறப்பு

கயம் => அகழி / குளம்

வைகலும் => நாள்தோறும்

இருக்கும் => ஒலிக்கின்ற

நக்க => மலர்ந்த

தார் => மாலை

வாமான் => தாவிச் செல்லும் குதிரை (வாவுதல் => தாவுதல் / தாண்டுதல்)

76. காதல் சிறை

அன்றுமுதல் இன்றுவரை, காதல்வயப்பட்ட பெண்களுக்கு 'இற்செறித்தல்' என்னும் கொடுமையான தண்டனை வழக்கமாக இருக்கிறது.

'இற்செறித்தல்' என்பதை இல்லம், செறித்தல் எனப் பிரித்துச் சொல்லலாம். 'இல்லம்' என்றால் வீடு. 'செறித்தல்' என்றால் அடைத்துவைப்பது / மறைத்துவைப்பது / பூட்டிவைப்பது.

தங்கள் மகள் யாரையோ காதலிக்கிறாள் என்பதை அறிந்ததும் வானத்துக்கும் பூமிக்குமாகக் குதிக்கிற பெற்றோர் அவளை வீட்டினுள் அடைத்துப் பூட்டிவிடுகிறார்கள், போதாக்குறைக்கு ஏழெட்டுப் பெண்களைக் காவலுக்கு நிறுத்திவிடுகிறார்கள்.

இந்த நிலைமையில் அந்தப் பெண் என்னதான் செய்வாள்? பாவம். அசோகவனத்துச் சீதையைப்போல் வருத்தத்துடன் ஒரு மூலையில் முடங்கிக்கிடக்கிறாள் அவள்.

தன்னைச் சுற்றியிருக்கும் காவல் பெண்களைப் பார்க்கப் பார்க்க அவளுடைய தனிமையுணர்ச்சியும் வருத்தமும் சினமும் கூடுகின்றன, 'என்னை என் காதலனோடு சேரவிடாமல் தடுக்கும் வில்லிகள்' என்று அவர்களை முறைக்கிறாள் அவள், அடுத்த விநாடி, 'இவர்களில் யாரேனும் ஒருவர் என்மீது இரக்கம் காட்டினால் போதுமே' என்று ஏங்குகிறாள், ஒவ்வொருத்தியாக உற்றுப்பார்த்து, 'பெண்ணே, நீ எனக்கு உதவுவாயா? இந்த வீட்டுக் காவல் சிறையிலிருந்து என்னை விடுவிப்பாயா? என்னை என்

காதலனோடு சேர்த்துவைப்பாயா?' என்று கெஞ்சுகிறாள்.

ஆனால், அந்தக் காவல் பெண்களில் யாரும் அவளுக்கு உதவ முன்வரவில்லை.

தோல்வி தந்த வருத்தமும், இயலாமையும், ஆற்றாமையும் அவளைத் தாக்க, சினம் கொண்ட குரலில் பேசுகிறாள் அவள், 'என் காதலன் பாண்டியன் வையை ஆற்றின் அலைகள் உரசுகிற பெரிய மாளிகையில் இருக்கிறான். என்றைக்காவது ஒருநாள், என்னை அடைத்துவைத்துக் காவல் காக்கும் உங்களின் தலைகளை மிதித்துக்கொண்டு நடந்து சென்று நான் என் காதலன் பாண்டியனோடு சேருவேன்.'

நம்பிக்கையோடு இப்படிச் சொன்ன மறுவிநாடி, தன்னுடைய இப்போதைய நிலைமையை நினைத்துக்கொள்கிறாள் அவள், மிகுந்த ஏக்கத்துடன் அவளுடைய சொற்கள் பிறக்கின்றன, 'பாண்டியனின் மனைவி என்ற பெருமையுடன் நான் வாழும் அந்த நாள் எப்போது வரும்? யாரேனும் எனக்குச் சொல்வார்களா?'

அறிவார் ஆர் யாம் ஒரு நாள் பெண்டிரேமாகச்

செறிவார் தலைமேல் நடந்து மறி திறை

மாடம் உரிஞ்சும் மதுரையார் கோமானைக்

கூட ஒரு நாள் பெற.

(ஆர் => யார்

பெண்டிரேமாக => பாண்டியனுக்கு உரிய பெண்ணாக / மனைவியாக

செறிவார் => வீட்டினுள் அடைத்துவைக்கிறவர்கள்

மறி => தடுத்தல் / வழிமறித்தல்

திறை => அலை

உரிஞ்சுதல் => உராய்தல் / தேய்த்தல்

கோமான் => அரசன்)

77. பாண்டியன் நினைவு

பாண்டியனின்மீது காதல் கொண்ட ஒரு பெண் தன்னுடைய உள்ளத்தின் ஏக்கத்தை இந்தப் பாடலில் வெளிப்படுத்துகிறாள்.

'என் கையில் அவனுடைய பாண்டிய நாட்டுக் கடலில் கிடைத்த சங்கு வளையல்களை அணிந்திருக்கிறேன்.

அவனுடைய நாட்டுக் கடலில் மூழ்கி எடுத்த செழிப்பான முத்துக்களைக் கோத்து மாலையாகக் கழுத்தில் அணிந்திருக்கிறேன்.

உடலெங்கும் அவனுக்குச் சொந்தமான, நீண்ட பொதிகை மலையில் கிடைத்த சந்தனத்தைப் பூசியிருக்கிறேன்.

இப்படி என்னைச் சுற்றியிருக்கும் எல்லாமே அவனை நினைவுபடுத்தும் பொருள்கள்தான். ஆனாலும் வேறு எதையோ எண்ணி வாடுகிறது என் மனம். என் தோள்கள் மெலிகின்றன, ஏன்? இன்னும் என்ன வேண்டும் என்று ஏங்குகிறேன் நான்?'

பிரிந்திருக்கும் காதலர்கள் மிகவும் நுணுக்கமான நினைவுக்காரர்கள். தொட்டாற்சிணுங்கிபோல் (நினைவு) பட்டாற்சிணுங்கிகள். ஒரு சிறு தென்றல் துணுக்குகூட அவர்களுக்குத் தங்கள் காதலரின் நினைவைத் தூண்டிவிடுகிறது.

நிலைமை அப்படியிருக்க, இந்தப் பெண் தன்னைச் சுற்றியுள்ள எல்லாவற்றையும் பாண்டியனின் நினைவாகவே பார்க்கிறாள். அதனால், அவனை நினைவுபடுத்தும் ஒவ்வொரு பொருளும்

அவன் இங்கு இல்லாத ஏக்கத்தைத் தூண்டுகிறது. அவளுடைய தோள்கள் வருந்தி வாடுகின்றன.

கையது அவன் கடலுள் சங்கமால், பூண்டதுவும்

செய்ய சங்கு ஈன்ற செழுமுத்தால், மெய்யதுவும்

மன் பொரு வேல் மாறன் வார் பொதியின் சந்தனமால்,

என் பெறா வாடும் என் தோள்.

(சங்கம் => சங்கு

பூண்டது => அணிந்தது

செய்ய => சிறந்த / அழகிய / சிவந்த

ஈன்ற => பெற்ற

செழுமுத்து => செழிப்பான முத்து

மெய் => உடல்

மன் => மன்னர்

பொரு => சண்டையிடும்

வார் => நீளம்

பொதி => பொதிகை)

78. வண்டுக்கும் அருள்கிறவன்

பாண்டியனின் காதலி ஒருத்தி அவனை நேரில் பார்க்கிறாள். அப்போது அவளுடைய நிலைமை மிகப் பெரிய ஊசலாட்டமாகிவிடுகிறது.

ஏனெனில், அவனை நன்றாக நிமிர்ந்து பார்க்கலாம் என்றால் பெண்மைக்குரிய நாணம் அவளைத் தடுக்கிறது. பார்க்காமல் இருந்துவிடலாம் என்றால் அந்த ஏக்கத்தில் அவளுடைய கை வளையல்களெல்லாம் கழன்றுவிடுகின்றன.

இந்த மனப் போராட்டத்தைச் சொல்லிப் புலம்புகிறாள் அந்தப் பெண், 'என் காதலன் பாண்டியன் கழுத்தில் பூ மாலை அணிந்திருக்கிறான். அந்த மாலையிலுள்ள மலர்களின் தேனை உண்டு வண்டுகள் பசி தீர்கின்றன. இப்படி வண்டுகளின் பசித் துயரத்தையெல்லாம் போக்கும் பாண்டியன் காதல் ஏக்கத்தில் நான் படும் துன்பத்தைமட்டும் கண்டுகொள்ளாமல் இருக்கிறானே. ஏன்? நான் இந்தத் துன்பத்திலிருந்து விடுபடுவதற்கான வழி என்ன?'

நாணாக்கால் பெண்மை நலன் அழியும், முன் நின்று

காணாக்கால் கை வளையும் சோருமால், காணேன் நான்

வண்டு எவ்வம் தீர் தார் வயமான் வழுதியைக்

கண்டு எவ்வம் தீர்வது ஓர் ஆறு.

(நாணாக்கால் => வெட்கப்படாவிட்டால்

சோரும் => தளர்ந்துபோகும் / கழன்றுவிடும்

எவ்வம் => துன்பம்

தார் => மாலை

வயமான் => வலிமை மிகுந்த குதிரை

ஆறு => வழி)

79. அவனின்றி அழகெதற்கு?

பொதுவாகப் பெண்களுக்குத் தங்கள் அழகைப்பற்றி நிறையப் பெருமை இருக்கும்.

ஆனால், காதலனைப் பிரிந்திருக்கிற பெண்கள் தங்களுடைய அழகைப்பற்றிய ஆர்வமோ அக்கறையோ இன்றி இருப்பதும் இயல்புதான். அதனால், 'எத்தனை அழகு இருந்தால் என்ன? அவன் என் பக்கத்தில் இல்லையே' என்னும் புலம்பல்களைக் கேட்கமுடிகிறது. இந்தப் பாடல் அந்த வகையானதுதான்.

'உயரமான பனை மரத்தில் புதிதாகத் தோன்றிய குரும்பைகள் / இளம் காய்களைப்போல என் மார்புகள் அழகாகத் திகழ்கின்றன' என்கிறாள் இந்தப் பெண், 'ஆனால், கூர்மையான தந்தங்களை உடைய யானைப் படையின் தலைவனான என் காதலன் பாண்டியன் என் அருகில் இல்லை.'

'என் மார்பகங்கள் அவனைத் தழுவி, அவனுடைய மார்பில் அழுத்தமாகப் பதிந்து, அங்கிருக்கும் குளிர்ந்த சந்தனத்தில் தோயவேண்டும். அது நடக்காதபோது இவை எத்தனை அழகாக இருந்துதான் என்ன பயன்?'

வாரிய பெண்ணை வரு குரும்பை வாய்த்தனபோல்

ஏரிய ஆயினும் என் செய்யும் கூரிய

கோட்டு ஆனைத் தென்னன் குளிர் சாந்து அணி அகலக்

கோட்டு மண் கொள்ளா முலை.

(வார் => உயரம் / நீளம்

பெண்ணை => பனை

ஏர் => அழகு

கோட்டு ஆனை => தந்தமுள்ள யானை

சாந்து => சந்தனம்

கோட்டு மண் => மார்பில் எழுதியுள்ள நறுமணப் பொருட்கள்)

80. வையைக் கரைக் குழப்பம்

பாண்டிய நாட்டிற்கு அழகைத் தருவது வையை ஆறு. அதனால், அங்கு வாழும் மக்கள் எல்லாரும் வையை ஆற்றைப்பற்றிப் பேசுகையில் மிகுந்த பெருமையுணர்வையும் மகிழ்ச்சியையும் வெளிப்படுத்துவார்கள்.

ஆனால், அந்தப் பாண்டிய நாட்டின் தலைவன், கொல்லுகின்ற யானைப் படைகளை உடைய பாண்டியனைக் காதலிக்கும் இந்தப் பெண்ணின் பேச்சு வேறுவிதமாக இருக்கிறது. 'இந்த வையை ஆற்றினால் எனக்குப் பெரிய சிக்கல்' என்று புலம்புகிறாள் இவள்.

ஏன்? என்ன ஆனது? அவளிடமே கேட்போம்.

'குளிர்ந்த நீரை உடைய இந்த வையை ஆறைப் பார்த்ததும், அதில் குதித்து, மகிழ்ச்சியாக நீந்திக் குளித்து விளையாடத் தோன்றுகிறது' என்கிறாள் அவள்.

'இயற்கை எழில் கொஞ்சும் இந்த நீரோட்டத்தைப் பார்க்கும்போது இந்த எண்ணம் எல்லாருக்கும் தோன்றுவதுதானே? உன்னை யார் குளிக்கவேண்டாம் என்று தடுத்தது?'

'அடப் போங்கய்யா' என்று சலித்துக்கொள்கிறாள் அவள், 'நான் இந்த நீரில் நீந்திக் குளித்தால், பாண்டியன்மீது உள்ள ஆசையில்தான் இப்படிச் செய்கிறேன் என்று என் தோழிகள் கேலி செய்து பேசுவார்கள்.'

இதைக் கேட்டதும் நாம் திகைத்துபோகிறோம். ஆனால், அவளுடைய அச்சம் சரியானதுதான் என்று நமக்குப் புரிகிறது. அதனால், 'சரி. வையை ஆற்றில் இன்னொரு தடவை உன் காதலனோடு சேர்ந்து குளித்துக்கொள்ளலாம். இப்போது நீ வீட்டுக்குத் திரும்பிச் சென்றுவிடு, அப்போதுதான் அந்தப் பெண்களின் கேலியிலிருந்து தப்பிக்கலாம்' என்று அவளுக்கு அறிவுரை சொல்கிறோம் நாம்.

'அதுவும் நடக்காது' என்கிறாள் அவள், 'அப்போதும் இந்தப் பெண்கள் என்னை விடமாட்டார்கள். பாண்டியன்மீதுள்ள என் காதலை மற்றவர்களிடமிருந்து மறைப்பதற்காகத்தான் நான் வையை ஆற்றில் நீராடாமல் வீட்டினுள்ளேயே மறைந்திருக்கிறேன் என்று புரளி பேசுவார்கள்.'

இப்படிச் சொல்லிவிட்டு, சோர்வான குரலில் அவள் தொடர்ந்து பேசுகிறாள், 'அதான் சொன்னேனே, இந்த வையை ஆற்றினால் எனக்குப் பெரிய சிக்கல் உண்டாகிவிட்டது.'

ஏற்பக் குடைந்து ஆடில் ஏசுவர், அல்லாக்கால்

மாற்றி இருந்தாள் என உரைப்பர், வேல் கண்ணாய்

கொல்யானை மாறன் குளிர் புனல் வையை நீர்

எல்லாம் எனக்கோ இடர்.

(குடைந்து ஆடில் => தண்ணீரில் நீந்தி விளையாடினால்

ஏசுவர் => திட்டுவார்கள் / பழிப்பார்கள்

அல்லாக்கால் => இல்லாவிட்டால்)

81. கூடற்சுழி

ஒரு விஷயம் சரியா, தவறா என்று தெரிந்துகொள்வதற்காக ஒற்றை நாணயத்தைச் சுண்டிப் பூவா, தலையா பார்க்கிறோம். அதுபோல அந்தக் காலத்தில் வேறொரு நம்பிக்கை இருந்தது. அதற்குக் 'கூடற்சுழி' என்று பெயர்.

கண்ணை மூடிக்கொண்டு மணலில் ஒரு வட்டம் வரையவேண்டும். அந்த வட்டம் தொடங்கிய இடத்திலேயே வந்து முடிந்தால் நாம் மனத்தில் நினைத்த விஷயம் சரியாக நிறைவேறும். ஒருவேளை வட்டம் சரியாக உருவாகாமல் கோணல்மாணலாகிவிட்டால், அந்த விஷயம் நிறைவேறாது.

இதன்படி, காதல்வயப்பட்ட பெண்கள் மண்ணில் வட்டம் வரைந்து பார்ப்பார்கள். அந்த வட்டம் சரியாக உருவானால் தங்கள் காதலும் நல்லபடி நிறைவேறும் என்று அவர்களுக்குள் ஒரு நம்பிக்கை.

இந்தப் பாடலில் வரும் பெண் பாண்டியனின் காதலி. 'கூடல்' என்று அழைக்கப்படும் மதுரை நகரின் தலைவனாகிய பாண்டியனைத் தான் கணவனாக அடைவோமா என்னும் ஏக்கம் கலந்த கேள்வியுடன் கடற்கரையில் அமர்ந்திருக்கிறாள் இவள்.

அப்போதுதான் அவளுக்கு ஒரு யோசனை தோன்றுகிறது. பாண்டியனுடனான தன் காதல் சரிப்படுமா இல்லையா என்று தெரிந்துகொள்வதற்குக் கூடற்சுழி வரைந்துபார்க்கலாமே.

இந்த எண்ணத்துடன் சட்டென்று மண்ணில் தன் விரலை வைத்துவிட்டாள் அவள். ஆனால், அதே கணத்தில் வேறோர் எண்ணமும் அவளைத் தாக்குகிறது. ஒருவேளை, வட்டம் சரியாக வரவில்லையென்றால்? பாண்டியனுடன் தன்னால் சேரமுடியாது என்று காலம் தீர்ப்பளித்துவிட்டால்? அந்த முடிவை என் நெஞ்சம் தாங்குமா?

இப்படி எண்ணியதும் அவளுடைய வட்டமிடும் யோசனை மறைந்துவிடுகிறது. மண்ணில் வைத்த விரலை எடுக்கவும் மனமில்லாமல், வட்டம் வரைந்து தன் காதலின் எதிர்காலத்தைப் பரிசோதிக்கவும் மனமில்லாமல் குழப்பத்துடன் அமர்ந்திருக்கிறாள் அவள்.

கூடல் பெருமானைக் கூடலார் கோமானைக்

கூடப்பெறுவேனேல் கூடு என்று கூடல்

இழைப்பாள்போல் காட்டி இழையாது இருக்கும்

பிழைப்பில் பிழைபாக்கு அறிந்து.

(கூடலார் => மதுரை நகரத்தைச் சேர்ந்தவர்கள்,

இழைத்தல் => மண்ணில் வரைதல்

பிழைபாக்கு => தவறு)

82. சொல்லாதே

பாண்டியனை எண்ணித் தவிக்கும் இந்தப் பெண், தன் தோழியை அவனிடம் தூதாக அனுப்புகிறாள். இரக்கமில்லாத, கொலைத் தொழிலைச் செய்கின்ற யானையைக் கொண்ட தமிழர் தலைவன் பாண்டியனைச் சந்தித்தபின் அவனிடம் என்ன சொல்லவேண்டும், என்னென்ன சொல்லக்கூடாது என்றெல்லாம் இவளே சொல்கிறாள்:

'தோழி, என்னைப்பற்றி அவனிடம் எதுவும் சொல்லாதே. என் பெயரைச் சொல்லாதே. நம் ஊரைச் சொல்லாதே. நம் அன்னையைப்பற்றி எதுவும் சொல்லாதே. காதல்வயப்பட்ட என்னை அவள் இப்படியெல்லாம் கொடுமைப்படுத்துகிறாள் என்று சொல்லாதே.'

இதைக் கேட்டதும் தோழி திகைத்துப்போகிறாள், 'இதெல்லாம் சொல்லாவிட்டால் அவனுக்கு உன்னைப்பற்றி எப்படித் தெரியும்? உன் நிலைமை எப்படிப் புரியும்?' என்று வியப்புடன் கேட்கிறாள்.

அதற்கு இந்தப் பெண் அமைதியாகப் பதில் சொல்கிறாள், 'அவனை எண்ணி நான் தூங்காமல் தவித்திருக்கிறேன் என்றுமட்டும் சொல்லிவிட்டு வா. மற்றவை அவனுக்குத் தானாகப் புரிந்துவிடும்.'

என்னை உரையல், என் பேர் உரையல், ஊர் உரையல்,

அன்னையும் இன்னள் என உரையல், பின்னையும்

தண்படா யானைத் தமிழ்நர் பெருமாற்கு என்

கண்படா ஆறே உரை.

(உரையல் => சொல்லாதே

தண்படா => இரக்கமில்லாத

கண்படா => தூங்காத)

83. காதல் புரியாதா?

பழைய படமொன்றில் ஒருவர் கட்டுப்பெட்டியான தன் மனைவியைக்குறித்து ஒரு 'சுறுக்' வசனம் சொல்வார், 'இவ பிறக்கும்போதே மடிசாரோடதான் பிறந்ததாக் கேள்வி.'

இது நகைச்சுவைக்காக எழுதப்பட்ட விவரிப்புதான். என்றாலும், சிலரை ஒரேமாதிரியான (புற / அக) அடையாளங்களுடன் பார்த்துப் பழகிவிட்டபின் அவர்களை வேறுவிதமாக நினைக்கவே தோன்றாது என்னும் உண்மை இதனுள் ஒளிந்திருக்கிறது.

எடுத்துக்காட்டாக, ஔவையாரின் வரலாறாகச் சொல்லப்படும் ஒரு வாய்மொழிக் கதையில் அவர் இளமைப் பருவத்தை வெறுத்து நேரடியாக முதுமைப் பருவத்தை ஏற்றுக்கொண்டுவிட்டதாகச் சொல்வார்கள். நம்மால் அந்தக் கதையை மறுபேச்சின்றி ஏற்கமுடிவதற்கு முதன்மையான காரணம், ஔவையை ஒரு சிறுமியாகவோ, இளம்பெண்ணாகவோ அன்றி, அறிவுரைகள் சொல்லும் பாட்டியாகமட்டும் நாம் நினைத்துப் பழகிவிட்டதுதான். (இங்கு இடைச்செருகலாக ஒரு செய்தி. குறுந்தொகையிலும், பிற அகப்பொருள் இலக்கியங்களிலும் கிடைக்கிற மற்ற 'ஔவை'ப் பாடல்களை(அல்லது, மற்ற 'ஔவை'களின் பாடல்களை)ப் படிக்கிறபோதும், இன்குலாப் எழுதிய 'ஔவை' என்ற சிறப்பான நாடகத்தை வாசிக்கிறபோதும் இந்த எண்ணம் மாறிப்போவது உறுதி.)

இந்த முத்தொள்ளாயிரப் பாடலில், மேற்சொன்ன ஔவையின் கதைபோல, 'என் தாய் இளமைப் பருவத்தை முழுதாகக் கழிக்காமல் நேரடியாகப் 'பாட்டி'யாகிவிட்டாளோ' என்று ஐயப்படுகிறாள் ஒரு மகள். ஏன்? அந்தத் 'தாய்'ப் பாட்டி இவளுடைய காதலுக்கு எதிர்ப்பாக நிற்பதால்தான். 'என் தாய் ஒழுங்கா வயசுக் காலத்தில யாரையாச்சும் காதலிச்சிருந்தா இப்போ நான் படற வேதனை புரிஞ்சிருக்கும்' என்று வாதிடுகிறாள் இவள்.

பகைவர்களை வென்று, அவர்களின் நாடுகளைக் கைப்பற்றிக்கொண்ட பாண்டியன் மொட்டுகள் பூக்கும் மலர்களால் தொடுத்த புதிய மாலையை அணிந்திருக்கிறான், வீரமும் சினமும் பொருந்திய வேலைக் கையில் ஏந்தியபடி வீதியில் சுற்றி வருகிறான். அவனைப் பார்ப்பதற்காக வெளியில் ஓடி வருகிறாள் இந்தப் பெண்.

ஆனால், அவளுடைய தாய் அவளைத் தடுத்து நிறுத்திவிடுகிறாள், 'பாண்டியனைப் பார்க்கக்கூடாது' என்று கண்டிப்பாகச் சொல்லி அவளை உள்ளறைக்குள் தள்ளிப் பூட்டிவிடுகிறாள்.

மிகுந்த ஏமாற்றமடைந்த அந்தப் பெண் கண்ணீருடன் தன் தோழியிடம் பேசுவதாக இந்தப் பாடல் அமைந்துள்ளது.

'அழகிய வளையல்கள் அணிந்த, நீண்ட தோள்களையும், வாள் போன்ற கண்களையும் உடைய என் தோழி, நீயே சொல். என் தாய் செய்தது சரியா?'

இதைக் கேட்ட தோழி சொல்வதறியாது வாய்மூடியிருக்க, அவள் தொடர்ந்து பேசுகிறாள், 'பாண்டியனைப் பார்க்கக்கூடாது என்று தடை செய்கிறாள் என் தாய். இவளும் என்னைப்போல ஒரு பெண்தானே? என் மனத்தினுள் இருக்கும் உணர்ச்சிகள் இவளுக்குப் புரியாதா?'

இப்படியாகத் தொடரும் அவளுடைய புலம்பலைத் தடுத்து நிறுத்தி அவளை அமைதிப்படுத்த முயல்கிறாள் அந்தத் தோழி, 'உன் தாயையும் குற்றம் சொல்லமுடியாது தோழி. அவர்கள் வயதானவர்கள். இந்த வீடும், வாசலும், தெருமுனையிலிருக்கிற கோவிலும்தான் அவர்களின் உலகம். மற்றபடி நம்மைப் போன்ற இளையவர்களின் காதல் உணர்ச்சிகளெல்லாம் அவர்களுக்குப் புரியாது.'

'அதெப்படி? அவர்களும் இந்த வயதைக் கடந்துவந்தவர்கள்தானே?' என்று மடக்குகிறாள் பாண்டியனின் காதலி.

இப்படிச் சொன்ன மறு விநாடி அவளுக்கு வேறோர் ஐயம் தோன்றுகிறது, 'ஒருவேளை, என்னுடைய தாய் குழந்தையாக இருந்து, இளமையைப் பார்க்காமல், நேரடியாக முதியவளாகிவிட்டாளோ? அதனால்தான் இந்த வயதுக்கே உரிய இயற்கையான காதல் உணர்ச்சிகளெல்லாம் அவளுக்குப் புரியவில்லையோ?'

வளை அவாய் நீண்ட தோள் வாள் கணாய், அன்னை

இளையளாய் மூத்திலள்கொல்லோ, தளை அவிழ் தார்

மண் கொண்ட தானை மறம் கனல் வேல் மாறனைக்

கண் கொண்டு நோக்கல் என்பாள்.

(வளை அவாய் => வளையல்கள் அணிந்த

வாள் கணாய் => வாள் போன்ற கண்களை உடையவளே

மூத்திலள் => (இளம் பெண்ணாக இருந்து, பின்னர்) முதுமை அடையாதவள்

தளை => கட்டு

தார் => மாலை

தானை => படை

மறம் => வீரம்

நோக்கல் => பார்க்கக்கூடாது)

84. நான் பாடுவேன்

'நீ பாண்டியனைப் பார்க்கக்கூடாது' என்று தன் மகளுக்குத் தடை போடுகிறாள் ஓர் அன்னை, அவளை வீட்டினுள் அடைத்துப் பூட்டிவிடுகிறாள்.

சிறிய வீடு. தாய் ஒரு மூலையில். மகளும் அவளுடைய தோழியும் இன்னொரு மூலையில். இவர்கள் ஏதேனும் தில்லுமுல்லு செய்கிறார்களோ என்று ஐயத்துடன் முறைக்கிறாள் தாய்.

ஆனால், அந்தப் பெண்கள் இருவரும் அவளைக் கண்டுகொள்ளவே இல்லை, இந்த வீட்டில் தங்களைத்தவிர இன்னோர் உயிரினம் ஏதும் இல்லை என்பதுபோல் நடந்துகொள்கிறார்கள்.

சிறிது நேரத்துக்குப்பின், அவர்கள் அங்கிருந்த உரலை உலக்கை கொண்டு இடிக்கத் தொடங்குகிறார்கள். இப்படியே மற்ற வீட்டு வேலைகளையெல்லாம் செய்தபடி தங்களுக்குள் பேசிக்கொள்கிறார்கள் அவர்கள்.

'தோழி, எனக்கு என் காதலன் பாண்டியனைப்பற்றிப் பாடவேண்டும்போலிருக்கிறது' என்று உரக்கச் சொல்கிறாள் அந்த மகள், 'அவனைப் பார்க்கக்கூடாது என்றுதானே என்னுடைய தாய் சொன்னாள்? அவனைப்பற்றிப் பாடக்கூடாது என்று சொல்லவில்லையே.'

'அது சரி' என்று நமுட்டுச் சிரிப்போடு சொல்கிறாள் தோழி, 'அப்படி என்னதான் பாடப்போகிறாய்?'

'அவனைப்பற்றிப் பாடுவதற்கு எத்தனையோ இருக்கிறது' என்று பரவசம் கலந்த பெருமைச் சிலிர்ப்புடன் சொல்லிவிட்டு வரிசையாக அடுக்குகிறாள் அவள், 'அவனுடைய கொடியின் அழகைப் பாடுவேன். அவனுடைய தேரின் எழிலைப் பாடுவேன். புதிதாகப் பறிந்த குளிர் மலர்களைத் தொடுத்துச் செய்த அவனுடைய மாலையைப்பற்றிப் பாடுவேன். அவனுடைய அழகிய மணிமுடியைப்பற்றிப் பாடுவேன். அவன் மார்பில் ஊஞ்சலாடும் முத்து மாலையைப்பற்றிப் பாடுவேன்... இப்படி இன்னும், இன்னும் பாடிக்கொண்டேயிருப்பேன்.'

இப்போது, தன் தாயை ஒருமுறை பார்த்துக்கொள்கிறாள் அவள், 'இந்தக் கட்டுக்காவலெல்லாம் என்னை வீட்டுக்குள் அடைத்துவைக்கலாம். ஆனால், அவனைப்பற்றி நான் பாடும் நேசத்தின் பாடலை யாராலும் சிறைப்படுத்தமுடியாது.'

கொடி பாடித் தேர் பாடிக் கொய் தண் தார் மாறன்

முடி பாடி முத்து ஆரம் பாடித் தொடி உலக்கை

கைம்மனையில் ஓச்சப்பெறுவெனோ யானும் ஓர்

அம்மனைக் காவல் உளேன்.

(கொய் => கொய்த / பறித்த

தண் => குளிர்ந்த

தார் => மாலை

தொடி => பூண்

கை => சிறிய

மனை => வீடு

ஓச்சப்பெறுவேனோ => இடிக்கப்படுவேனா)

85. பறவை இல்லாத கூடு

தேங்காய்க் குலைகளைக் கொண்ட தென்னை மரங்கள் நிறைந்த கூடல் மாநகர். அதன் தலைவன் பாண்டியன். அவனைக் கணவனாக அடைய விரும்பினாள் இந்தப் பெண்.

ஆனால், அவளுடைய அன்னை இந்த ஆசையை ஏற்றுக்கொள்ளவில்லை, ‘பாண்டியனை நீ காதலிப்பதா? உனக்கு என்ன அறிவு கெட்டுவிட்டதா?’ என்று அதட்டினாள், தன் மகளை வீட்டினுள் அடைத்துக் காவல் வைத்துவிட்டாள்.

அப்போது, தன்னுடைய நிலையை எண்ணி வாடி வருந்திய அந்தப் பெண் வருத்தத்துடன் பாடுவதாக இந்தப் பாடல் அமைந்துள்ளது.

‘அம்மா, என் காதலன் பாண்டியனோடு சேர்வதற்கு விரும்பி என் இதயம் அவனிடம் சென்றுவிட்டது. ஆனால், அந்தத் தகவல் உனக்குத் தெரியவில்லைபோல. அதனால்தான் நீ என்னுடைய உடலைமட்டும் சிறைப்பிடித்துக் காவல் வைத்திருக்கிறாய்.’

இப்படிச் சொல்லிவிட்டு அவள் மெல்லச் சிரித்துக்கொள்கிறாள், ‘அம்மா, உன்னுடைய இந்தச் செயல் எப்படி இருக்கிறது தெரியுமா? பறவை பறந்து சென்றபின் வெறும் கூட்டைமட்டும் காவல் காக்கிற வேடனைப்போல அசட்டுத்தனமாக இருக்கிறது.’

கோள் தெங்கு சூழ் கூடல் கோமானைக் கூட என

வேட்டு அங்குச் சென்ற என் நெஞ்சு அறியாள், கூட்டே

குறும்பூழ் பறப்பித்த வேட்டுவன்போல் அன்னை

வெறும் கூடு காவல் கொண்டாள்.

(தெங்கு => தென்னை

வேட்டு => வேட்கை கொண்டு / விரும்பி

குறும்பூழ் => காடை)

86. பொடிப்பயல்

'எல்லாரும் வாங்க. என்னோட வழக்கைக் கேளுங்க' என்று நம்மை அழைக்கிறாள் பாண்டியனின் காதலி ஒருத்தி.

'என்னம்மா? என்னாச்சு?' ஆவலுடன் வம்பு கேட்கத் தயாராகிறோம்.

எடுத்த எடுப்பில், 'இந்தப் பாண்டியன் இருக்கானே. அவன் ஒரு மோசமான பேர்வழி' என்று குற்றம் சாட்டுகிறாள் அவள்.

'அடடா. அப்படியெல்லாம் பேசக்கூடாதும்மா. அவர் மிகப் பெரிய அரசராச்சே!' என்று வியக்கிறோம் நாம்.

'அட, நீங்க வேற! இப்போ நான் சொல்றதைக் கேட்டுட்டு அப்புறம் சொல்லுங்க, அவர் நல்ல அரசரா, இல்லை மோசமானவரான்னு' என்று சலித்துக்கொள்கிறாள் அவள்.

'நீட்டி முழக்கினது போதும். உன்னோட வழக்கு என்னன்னு சொல்லும்மா.'

அவள் சொல்கிறாள், 'இந்தப் பூமியில் இருக்கிற மற்ற அரசர்களோட ஒப்பிட்டால் பாண்டியன் வயதில் மிகச் சிறியவன். அதனால், மற்ற அரசர்கள் அவனைப் பார்த்துப் 'பொடிப் பயல்' என்று கேலி செய்கிறார்கள்.'

'சரி, அதுக்கு என்ன இப்போ?'

'அப்படிக் கிண்டலடிக்கும் அரசர்களின்மீது போர் தொடுக்கிறான் பாண்டியன், போர்க்களத்தில் தன்னுடைய வீரத்தை நிரூபிக்கிறான், அவர்களுடைய நாட்டைப் பறித்துக்கொள்கிறான். போர் வெறி பிடித்த யானைகளை உடைய அவனுடைய படை இப்படி ஏராளமான மன்னர்களை அவனுக்குப் பணியவைத்திருக்கிறது' என்று பெருமிதத்துடன் சொல்கிறாள் அவள்.

'அப்படீன்னா அவர் நல்லவர், வல்லவர்ன்னுதானே அர்த்தமாகுது? நீ முன்னாடி வேற ஏதோ சொன்னியே' என்று விசாரிக்கிறோம்.

'அவர் நல்லவர், வல்லவர்ங்கறதெல்லாம் உண்மைதான்' என்கிறாள் அவள், 'தன்னை மதிக்காத எதிரிகளோடு சண்டை போட்டு, அவர்களுடைய நாட்டைப் பறித்துக்கொள்வதெல்லாம் சரிதான். ஆனால், அணிகலன்களால் அழகு கொண்டு திகழ்கிற அவனுடைய உடலைக் கைகளால் தொழுது வாழும் அப்பாவிக் காதலி நான். என்னுடைய உடம்பின் நிறத்தை (அழகை) அவன் ஏன் பறித்துக்கொண்டான்? இது மோசமான செயல் இல்லையா?'

இப்படிச் சொல்லிவிட்டு அவள் தன்னுடைய கைகளை நீட்டுகிறாள். அவள் சொல்வது உண்மைதான். இனிய மணம் பொருந்திய மாந்தளிரைப்போன்ற அவளுடைய அழகிய உடலில் இப்போது பசலை படர்ந்திருக்கிறது. பாண்டியனைப் பிரிந்த பசலை.

அந்த பாண்டியன் உண்மையிலேயே பெரிய அரசன், நல்லவன், வல்லவன் என்றால், உடனடியாக இங்கு திரும்பிவரட்டும், இவளுடைய பசலையைச் சரி செய்து பழைய மாந்தளிர் நிறத்தை இவளுக்குத் திருப்பித்தரட்டும்.

களி யானைத் தென்னன் இளம் கோ என்று எள்ளிப்

பணியாரே தம் பார் இழக்க அணி ஆகம்

கை தொழுதேனும் இழக்கோ நறு மாவின்

கொய் தளிர் அன்ன நிறம்.

(களி யானை => களிப்புடைய / மதம் பிடித்த யானை

இளம் கோ => இளைய தலைவன்

எள்ளி => கேலி செய்து

பணியார் => பணியாதவர்கள்

பார் => உலகம் / நாடு

ஆகம் => உடல்

இழக்கோ => இழக்கவேண்டுமா? / இழப்பது சரிதானா?

நறு => மணம் மிகுந்த

அன்ன => போல)

87. கண் செய்த தவறு

பாண்டியனின் காதலிகளில் ஒருத்தி தன்னுடைய கண்ணின்மீது குற்றம் சுமத்துகிறாள்.

அப்படி என்னதான் தவறு செய்துவிட்டது அந்தக் கண்?

காலங்காலமாகச் செய்கிற அதே தவறுதான். 'யான் நோக்குங்காலை நிலன் நோக்கும்' என்று திருவள்ளுவரும், 'உன்னை நான் பார்க்கும்போது மண்ணை நீ பார்க்கின்றாயே' என்று கண்ணதாசனும் பாடிய அதே தவறுதான்.

'இரவில் நான் நன்றாகத் தூங்கிக்கொண்டிருக்கையில் கனவு வரும். அதில் என் காதலன் பாண்டியன் வருவான். அப்போது, என்னுடைய கண்கள் அவனை நேருக்கு நேராகப் பார்க்கும், காதல் மொழி பேசும்' என்று பரவசத்துடன் சொல்லி அந்தக் கனவின் நினைவுகளில் மூழ்கிக் களிக்கிறாள் அவள்.

ஆனால், மறுகணம் அவளுடைய முகத்தில் மெலிதான வெறுப்பும், வருத்தமும் படர்கின்றன, 'மறுநாள் பகலில் அதே பாண்டியனை நேரில் பார்க்கும்போது இந்தக் கண்கள் நாணத்தால் கவிழ்ந்துகொள்கின்றன'. இதுதான் அவளுடைய குற்றச்சாட்டு.

'அழகிய நகைகளை அணிந்த என் தோழி, என்னுடைய கண்ணே இப்படி எனக்கு எதிராகச் செயல்பட்டால் நான் எப்போது என் காதலனை நேருக்கு நேர் பார்ப்பேன்? எப்போது அவனுடைய அன்பு எனக்குக் கிடைக்கும்?'

கனவை நனவு என்று எதிர்விழிக்கும்; காணும்,

நனவில் எதிர்விழிக்க நாணும், புனையிழாய்,

என் கண் இவையானால் எவ்வாறோ மாமாறன்

தண் கண் அருள் பெறுமாதான்.

(புனையிழாய் => அணிகலன்களைப் புனைந்த பெண்ணே

தண் கண் => குளிர்ச்சியான கண்

அருள் பெறுமாதான் => அருள் / அன்பைப் பெறுவது எப்படி?)

88. விழிச்சிறை

காலை நேரம். இன்னும் தூக்கம் கலையாமல் கிறங்கிக் கொண்டிருக்கிறாள் அந்தப் பெண். ‘பொழுது விடிஞ்சாச்சு. என்னடி இன்னும் தூக்கம்?’ என்று அதட்டியபடி அவளுடைய தாய் அவளை உலுக்குகிறாள்.

ஆனால், அந்தப் பெண் அதற்கும் கண் திறக்கவில்லை, போதாக்குறைக்குத் தன்னுடைய கைகளால் கண்களை இறுக மூடிக்கொள்கிறாள்.

‘என்னாச்சுடீ உனக்கு? கண்ணைத் திற. எழுந்திரு’ என்று அவளை மீண்டும் உசுப்புகிறாள் அவளுடைய தாய். அதிகாலையிலேயே எழுந்து, குளித்து, மொட்டுகள் விரியும் மலர்களைச் சூடியிருக்கிறாள் அந்தத் தாய். ஆனால், அவளுடைய மகள் இன்னும் துயிலெழவே இல்லை.

‘அம்மா, தயவுசெய்து என்னைத் தொந்தரவு செய்யாதே. நீ என்னைக் கொன்றுபோட்டாலும் நான் என் கண்களைத் திறக்கமாட்டேன்’ என்று உறுதியான குரலில் சொல்கிறாள் அவளுடைய மகள்.

‘ஏன்? என்னாச்சு? நீ ஏன் கண்ணைத் திறக்கமாட்டாய்?’ பதற்றத்துடன் கேட்கிறாள் தாய்.

‘அம்மா, சில நாள்களுக்குமுன்னால் என் வளையல்களைத் திருடிக்கொண்டுபோனானே ஒரு திருடன். அவனை நேற்று இரவு கண்டுபிடித்துவிட்டேன்’ என்கிறாள் அவள்.

'அப்படியா? யார் அந்தத் திருடன்?' தாயின் குரலில் நடுக்கம் சேர்கிறது.

'வீரம் மிகுந்த அரசன், வாள் ஏந்திய அந்தப் பாண்டிய மன்னன்தான் அம்மா என் வளையல்களைத் திருடியவன்' என்கிறாள் மகள், 'முன்பு திருடிச் சென்றதெல்லாம் போதாததுபோல் மேலும் வளையல்களைத் திருடுவதற்காக அவனுடைய பெரிய பட்டத்து யானையுடன் நேற்று இரவு என் கண்களுக்குள் புகுந்தான் அவன். உடனே நான் சட்டென்று இமைகளை மூடி அவனைச் சிறைப்படுத்திவிட்டேன். அதுவும் போதாது என்று கைகளால் கண்களை நன்றாக மூடிக்கொண்டுவிட்டேன்.'

இப்படிச் சொல்லிவிட்டு அந்தப் பெண் மெல்லச் சிரிக்கிறாள், 'இப்போது நான் கையை எடுத்தால், கண்ணைத் திறந்தால் அவன் தப்பித்து ஓடிவிடுவான். அதனால் நீ என்னைத் தொந்தரவு செய்யாதே. நான் இப்படியே என் கண்ணுக்குள் அவனைச் சிறைப்படுத்தி வைத்திருக்கிறேன்.'

தளை அவிழும் பூங்கோதைத் தாயரே, ஆவி

களையினும் என் கை திறந்துகாட்டேன். வளை கொடு போம்

வன்கண்ணன் வாள் மாறன் மால் யானை தன்னுடன் வந்து

என் கண் புகுந்தான் இரா.

(தளைஅவிழ்தல் => மொட்டுகள் மலர்தல்

தாயர் => தாயார்

வளை கொடு போம் => வளையல்களைக் கொண்டு சென்ற

வன்கண்ணன் => வீரன்

இரா => இரவு)

89. கனவைப் பறிகொடுத்தேன்

பாண்டியனைக் காதலிக்கும் ஒரு பெண் அவனை நினைத்தபடி ஏங்கியிருந்தாள். சாப்பாடு பிடிக்கவில்லை. தூக்கம் வருவதில்லை. எந்நேரமும் அவனை விரும்பி ஏங்குகிறாள் அவள்.

இந்த நிலையில் என்றைக்கோ ஒரு நாள், அவளுக்குத் தப்பித்தவறித் தூக்கம் வந்துவிட்டது.

காதலர்களுக்குத் தூக்கம் வந்தால் இலவச இணைப்பாகக் கனவும் வரும். இவளுக்கும் வந்தது. கனவில் கூர்மையான வேலை ஏந்திய பாண்டியன் வந்தான், அவளுடைய கையைப் பிடிக்க முயன்றான்.

மகிழ்ச்சியான அந்தக் கனவை உண்மை என்று நினைத்துக் கொண்டாள் அந்தப் பெண். அதனால், அவள் சட்டென்று கண்களைத் திறந்துவிட்டாள்.

'அடடா. இது என்ன? என்னைச் சந்திப்பதற்காக வந்த என் பாண்டியன் எங்கே? இங்கு அவனைக் காணவில்லையே. இதற்கு என்ன பொருள்? இதுவரை நான் கண்டதெல்லாம் கனவா?' என்று புலம்புகிறாள் அவள், 'எனக்கு நேரமே சரியில்லை. கனவிலாவது என் காதலனைச் சந்தித்து மனம்விட்டுப் பேச நினைத்தேன். இப்போது என் அசட்டுத்தனத்தால் கண்களைத் திறந்து கனவையும் இழந்துவிட்டேன்.'

ஓராற்றால் என் கண் இமை பொருந்த, அந்நிலையே

கூரார் வேல் மாறன் என் கைப்பற்ற வாரா

நனவு என்று எழுந்திருந்தேன், நல்வினை ஒன்று இல்லேன்

கனவு இழந்து இருந்த ஆறு.

(ஓராற்றால் => ஒரு வழியாக

இமை பொருந்த => இமை மூட / தூங்க

ஆறு => வழி)

90. அவனுக்காகக் காத்திருக்கிறேன்

அவள் பாண்டியனின் காதலி, கடற்கரையில் தோழியுடன் அமர்ந்திருக்கிறாள்.

வருத்தமும் ஏக்கமும் ததும்புகிற அவளுடைய பார்வை தனக்குமுன் இருக்கும் மணல்மேட்டின்மீது விழுகிறது.

உதிரியான மணலைச் சேர்த்துக் குவித்தாற்போல் தெரிகிற அந்த மணல்மேட்டில் சில சங்குகள் கிடக்கின்றன. அவற்றைப் பார்த்ததும் அவளுடைய வருத்தம் இன்னும் கூடுகிறது.

அவள் தன் பக்கத்தில் அமர்ந்திருக்கும் தோழியை அழைத்துச் சொல்கிறாள், 'தோழி, நானும் அந்தச் சங்குகளும் ஒன்றுதான்.'

தோழிக்கு ஒன்றும் புரியவில்லை, 'என்ன சொல்கிறாய் நீ?' என்று குழப்பத்துடன் கேட்கிறாள்.

'தோழி, கடலினுள் கிடந்த அந்தச் சங்கை இந்த அலைகள்தான் கரைக்குக் கொண்டுவந்தன. இங்கு வந்த கையோடு ஒரு முத்தை உமிழ்ந்தது அந்தச் சங்கு. இப்போது, தன்னை மீண்டும் கடலுக்குள் இழுத்துச்செல்வதற்காக இன்னோர் அலை வராதா என்று ஏக்கத்தோடு காத்திருக்கிறது அது.'

இப்படிச் சொல்லிவிட்டுப் பெருமூச்சுடன் தொடர்ந்து பேசுகிறாள் பாண்டியன் காதலி, 'நானும் அந்த சங்கைப்போலத்தான். என்

காதலன் பாண்டியனுடன் திரும்பச் சேர்வதற்காக அவனிடமிருந்து ஒரு தூது வராதா என்று ஏங்கிக் காத்திருக்கிறேன்.'

உகுவாய் நிலத்தது உயர்மணல்மேல் ஏறி

நகுவாய் முத்து ஈன்று அசைந்த சங்கம் புகுவான்

திரை வரவு பார்த்திருக்கும், தென்கொற்கைக் கோமான்

உரை வரவு பார்த்திருக்கும் நெஞ்சு.

(உகுவாய் => உதிர்கின்ற

நகுவாய் => ஒளிவீசுகின்ற

சங்கம் => சங்கு

திரை => அலை)

91. காற்றிடம் ஒரு கேள்வி

சந்தன மரம் விலை மதிப்பு மிக்கது. அதனால், அதை வளர்ப்பதற்கும், வெட்டுவதற்கும், விற்பதற்கும் பல கட்டுப்பாடுகள் உண்டு. விதிமுறைகளை மீறினால் அரசாங்கம் நம்மீது நடவடிக்கை எடுக்கும்.

எனவே, மிகவும் உயர்வான விஷயங்களுக்குச் சந்தனத்தையும், தாழ்வான விஷயங்களுக்குக் கரிக்கட்டையையும் எடுத்துக்காட்டாகச் சொல்வார்கள், 'அவன் ரொம்பக் கெட்டுப்போயிட்டான். சந்தனத்தை எரிச்சுக் கரிக்கட்டையாக்கினமாதிரி அவனோட நண்பர்களே அவனைக் கெடுத்துட்டாங்க' என்பார்கள்.

ஒரே ஒரு சூழ்நிலையில்தான் சந்தனத்தை எரிப்பதை நாம் ஒப்புக்கொள்கிறோம். பெருந்தலைவர்களோ பெரும்புள்ளிகளோ இறந்துவிட்டால் அவர்களுடைய உடலைச் சந்தனக் கட்டைகளால் போர்த்தி எரிப்பது ஏற்றுக்கொள்ளப்படுகிறது. மற்றபடி, சந்தனத்தை எரிப்பது பெரிய முட்டாள்தனம், 'காசைக் கரியாக்கும்' அறியாமை.

இங்கு, பாண்டியனின் பொதிகை மலையைப்பற்றிப் பாடும் புலவர் அதன் பெரும் வளத்துக்கு எடுத்துக்காட்டாக, 'சந்தனக்கட்டைகளை எரித்துச் சோறு சமைக்கிறவர்கள் நிறைந்த பொதிகை மலை' என்கிறார். அதாவது, பொதிகை நாடெங்கும் ஏராளமான செல்வமும் இயற்கை வளமும் நிறைந்திருப்பதால் அவர்கள் சந்தன மரத்தைக்கூடப் பெரிய செல்வமாக மதிப்பதில்லை, அதை வைத்து அடுப்பு எரிக்கிறார்கள்.

ஆனால், இந்தப் பாடல் பொதிகை வளத்தைப்பற்றியது இல்லை, அதன் அரசனாகிய பாண்டியனின்மீது காதல் கொண்ட ஒரு பெண்ணின் ஏக்கப் புலம்பல் இது.

பாண்டியனை நினைத்து ஏங்கியிருக்கும் இந்தப் பெண் தன்னைக் கடந்து செல்லும் வாடைக் காற்றை அழைத்துப் பேசுகிறாள், 'குளிர் வீசும் வாடைக் காற்றே, இப்போது நீ எங்கு போகிறாய்? என் மன்னன் பாண்டியனைச் சந்திக்கப்போகிறாயா? அப்படியானால், கொஞ்சம் நில். நான் அவனுக்கு ஒரு செய்தி சொல்லவேண்டும். நான் அவனிடம் ஒரு கேள்வி கேட்கவேண்டும்.'

'பகைவர்களைப் போரில் வென்று, அழிக்கும் அரசன் அவன். முழுநிலாவைப்போன்ற வெண்கொற்றக் குடையும் செங்கோலும் ஏந்தி நல்லாட்சி செய்யும் மன்னன் அவன். அப்படிப்பட்ட பாண்டியன் என்னைமட்டும் கண்டுகொள்ளாமல் இருப்பது சரியா?'

இப்படிக் கேட்டுவிட்டுத் தன்னுடைய வெறுங்கைகளை முன்னால் நீட்டுகிறாள் அவள், 'இதோ பார். அவன்மேல் கொண்ட காதலால் நான் மிகவும் இளைத்துவிட்டேன். என் வளையல்களெல்லாம் கழன்று விழுந்துவிட்டன. ஆனாலும் அவன் என்மீது அன்பு செலுத்த மறுக்கிறான். இது சரியா என்று நீ அவனைக் கேட்டு வா.'

மாறு அடு போர் மன்னர் மதிக்குடையும் செங்கோலும்

கூறிடுவாய் நீயோ! குளிர் வாடாய், சோறு அடுவார்

ஆரத்தால் தீ மூட்டும் அம்பொதியில் கோமாற்கு என்

வாரத்தால் தோற்றேன் வளை!

(மாறு அடு போர் => பகைவர்களை அழிக்கும் போர்

மதி => நிலா

குளிர் வாடாய் => குளிர் வீசும் வாடைக் காற்றே

அடுவார் => சமைப்பவர்கள்

ஆரம் => சந்தன மரம்

அம் => அழகிய

பொதி => பொதிகை மலை

வாரம் => அன்பு / காதல்

தோற்றேன் வளை => வளையல்களை இழந்தேன்)

92. வாசலில் மனம்

பாண்டியனை மனத்தில் நிறைத்துக்கொண்ட காதலி ஒருத்தி தன்னை மறந்து காதல் நினைவுகளில் மூழ்கியிருந்தாள்.

அப்போது அவளைச் சந்திப்பதற்காக அங்கு வந்த ஒரு தோழி அவளுடைய நிலைமையைப் பார்த்துச் சிரிக்கத் தொடங்கிவிட்டாள், அவளைக் கேலி செய்யத் தொடங்கிவிட்டாள், 'ஏய், என்னாச்சு உனக்கு?'

'என்னை விட்டுவிடு தோழி. என் மனம் என்னிடம் இல்லை' என்றாள் அவள்.

ஆனால், அந்தத் தோழிக்கு இந்தப் பதில் போதவில்லை, 'உன் மனம் உன்னிடம் இல்லை என்றால் வேறு எங்கு இருக்கிறது?' என்று ஆவலோடு விசாரித்தாள்.

'உனக்குத் தெரியாதா தோழி? என் மனம் என் காதலன் பாண்டியனின் அரண்மனை வாசலில் இருக்கிறது.'

'வாசலில்தானா? அவனுடைய அரண்மனைக்குள் இல்லையா?' கிண்டலாகக் கேட்டாள் தோழி.

'ம்ஹூம். இல்லை' என்று ஏமாற்றத்துடன் உதட்டைப் பிதுக்கினாள் அவள், 'அவனைப் பார்க்கவேண்டும் என்ற ஆசையில் அவனுடைய வீட்டு வாசல்வரை சென்ற என் மனம் அதற்குமேல் செல்லத் துணிச்சலில்லாமல் அங்கேயே நிற்கிறது. வீட்டினுள் போகிறவர்களுக்கும் இடம் கொடுக்காமல், வீட்டிலிருந்து

வெளியில் வருபவர்களுக்கும் வழிவிடாமல், தன்னைப் பார்த்து கேலி செய்கிறவர்களுக்குக்கூடப் பதில் சொல்லத் தோன்றாமல் அங்கேயே தவித்து நிற்கிறது.'

பேச்சின்வழியாக அந்தக் காட்சியை மனத்தினுள் நினைத்ததும் சட்டென்று அவளுக்குக் கண்ணீர் பொங்கியது, 'தாழ்வான ஆற்றங்கரையில் வேடனின் அம்பு பாய்ந்த பெண் மான் நகரமுடியாமல் சுருண்டு விழுவதுபோல், அவனைத் தேடிச் சென்ற என் மனமும் அங்கேயே சுருண்டு விழுந்து கிடக்கிறது.'

புகுவார்க்கு இடம் கொடா, போதுவார்க்கு ஒல்கா,

நகுவாரை நாணி மறையா இகு கரையின்

ஏ மான் பிணைபோல நின்றதே கூடலார்

கோமான் பின்சென்ற என் நெஞ்சு.

(போதுவார் => வெளியேறுகிறவர்கள்

ஒல்கா => தளராத / ஒதுங்கி இடம்தராத

நகுவார் => சிரிப்பவர்கள் / கேலி செய்பவர்கள்

இகு => இறக்கமான / தாழ்வான

ஏ => அம்பு

பிணை => பெண்)

93. மாலையும் வாடையும்

‘அடுத்த வாரம் எனக்கு ஹேப்பி பர்த்டே’ என்று மகிழ்ச்சியாகச் சொல்லும் குழந்தைகளைப் பார்த்திருக்கிறோம். இலக்கணப்படி அது ‘பர்த்டே’மட்டும்தான். ஆனால், ‘ஹேப்பி’ என்ற மகிழ்ச்சி அடைமொழியைக் குழந்தைகள் தானாகச் சேர்த்துக்கொள்கின்றனர், பிறந்த நாள் என்றாலே அது மகிழ்ச்சியானதுதான் என்னும் உறுதியான நம்பிக்கையில். (சிறிது வளர்ந்தபின் நாம் அந்த ‘ஹேப்பி’யைத் தவிர்த்து வெறும் ‘பர்த்டே’க்களைக் கொண்டாடத்தொடங்கிவிடுவது தற்செயலானதில்லை.)

ஆண்டின் எல்லா நாள்களும் ஒரேமாதிரி இருக்கும்போது, பிறந்த நாள் என்பது சற்றுக் கூடுதல் சிறப்பு கொண்டது, பொதுமக்களான நாம் அந்த ஒரு நாளில்மட்டுமாவது நம்மை நாயகர்களாக உணர்ந்துகொள்ள வாய்ப்பு இருப்பதால்.

ஆனால், மகிழ்ச்சியைத் தரும் அந்தப் பிறந்த நாள் வரும்போது நாம் நோய்வாய்ப்பட்டுவிட்டால்? மாத்திரை சாப்பிட்டுக்கொண்டு, படுக்கையில் சோர்ந்து கிடக்கையில் பிறந்த நாளின் மகிழ்ச்சியை யாரால் உணரமுடியும்?

அப்படி ஒரு நிலைமைதான் இந்தப் பாடலின் நாயகிக்கு.

அழகான யானைமீது ஏறிச் சுற்றி வரும் பாண்டியனின் காதலி அவள், அவனைப் பார்த்தாலே அல்லது நினைத்தாலே மகிழ்ச்சியில் துள்ளுகிறவள்.

ஆனால், இந்தக் கதையெல்லாம் அவனைச் சேர்ந்திருக்கும்போதுதான். இப்போது, அவள் அவனைப் பிரிந்திருக்கிற சூழல்.

அதனால், முன்பு மகிழ்ச்சியைத் தந்த அவனுடைய நினைப்பு இப்போது பிரிவின் நினைவைத்தான் கொண்டுவருகிறது. முன்பு காதல் மயக்கத்தை ஏற்படுத்திய மாலை வேளையும் வாடைக் காற்றும் இப்போது அவளைப் பார்த்துச் சினத்துடன் சீறுகின்றன, வலியைத் தருகின்றன, வருத்தத்தை உண்டாக்குகின்றன.

பிணி கிடந்தார்க்குப் பிறந்தநாள் போல

அணி இழை அஞ்ச வருமால் மணி யானை

மாறன் வழுதி மணவா மருள் மாலைச்

சீறியோர் வாடை சினந்து.

(பிணிகிடந்தார் => நோய்வாய்ப்பட்டுக் கிடப்பவர்கள்

அணி இழை => அழகிய நகைகள்

மணவா => மணக்காத

மருள் => மயக்கம்

சீறியோர் => சினம் கொண்டவர்கள்)

94. காத்திருக்கும் காதல்

காதலில் காத்திருப்பும் ஒரு மகிழ்ச்சிதான் என்று கவிஞர்கள் எழுதியிருக்கிறார்கள்.

'ஆமாம். இந்தக் கவிஞர்களுக்கு வேறு வேலை என்ன?' என்று சலிப்போடு சொல்கிறாள் ஒரு காதலி, 'காத்திருப்பதில் மகிழ்ச்சியைக் காண்பதெல்லாம் கவிதையில்மட்டும்தான் நடக்கும். உண்மையில், காக்கவைக்கிறவர்களின்மீது எரிச்சல்தான் வரும். தன்னந்தனியாகக் காத்து நிற்பதால் சுற்றியிருக்கிறவர்களெல்லாம் ஒருமாதிரி பார்க்க, சொன்னபடி வராமல் நேரம் கழித்து வருகிறவன்மீது சினம் கொள்ளத்தான் தோன்றும்.'

அவள் சொல்வதில் உண்மை உள்ளதுதான். காதலனை அல்லது காதலியைப் பார்ப்பதற்கு ஒரு நேரம் (அல்லது நாள்) குறித்துவிட்டால், அந்த நேரத்தில் அவன் அல்லது அவள் வந்தாகவேண்டும். அப்படியின்றி, வெறுமனே கையைக் கட்டிக்கொண்டு காத்திருப்பதில் யாருக்கு விருப்பமிருக்கும்?

இந்தப் பாடலில் வரும் பெண்ணும் அப்படித்தான். கொடிய போரில் பகைவர்களை வீரத்துடன் எதிர்த்து வெற்றி பெற்ற பாண்டியனின் காதலி இவள், அவனைக் காணாமல் தவித்திருக்கிறாள்.

அப்போது, இந்தக் காத்திருப்புக் காலத்தின் தனிமைச் சுமை தாங்காமல் அவள் அவனைப்பற்றிப் பலவிதமாகப்

பேசத்தொடங்கிவிடுகிறாள். முதலில், அவள் அவனைச் சந்தித்து மகிழ்ந்த பழைய நாள்களைப்பற்றிச் சொல்கிறாள். பிறகு, அவனுடைய வீரத்தைப்பற்றிப் பேசுகிறாள், அவனுடைய அழகை விளக்குகிறாள், 'அவன் ஏன் இன்னும் வரவில்லை?' என்று கவலைகொள்கிறாள், 'என்னைவிட அரண்மனையில் அப்படி என்ன வெட்டிமுறிக்கிற வேலை?' என்று செல்லமாகச் சினம் கொள்கிறாள், 'இன்றைக்கு அவன் வரட்டும், இனிமேல் இதுபோல் நேரம் கழித்து வருவாயா என்று அவனை மிரட்டி உலுக்கிவிடுகிறேன்' என்று தனக்குள் உறுதி சொல்லிக்கொள்கிறாள்.

இப்படியாக, அவன் இல்லாதபோது ஆயிரம்விதமாகப் பேசும் இந்தப் பெண் அவனைக் கண்ணால் பார்த்ததும் என்ன செய்கிறாள்?

அதுவரை கவலை, சினம், வருத்தம் என்று ஏராளமான உணர்ச்சிகளைக் கொண்டிருந்த அவளுடைய மனம், அவனைப் பார்த்த மறுகணம் 'வெட்கம்' என்னும் ஒற்றை உணர்ச்சிக்கு அடிமையாகிவிடுகிறது. சட்டென்று பேச்சு நின்றுவிடுகிறது. அவன் முன்னால் தலைகுனிந்து நின்று ஓரக்கண்ணால் அவனை இரகசியமாகப் பார்த்தபடி நிற்கிறாள் அவள். 'வேறென்ன செய்வது? இந்த வெட்கம் என் உடன்பிறந்த துணையல்லவா' என்று அவள் நாணத்துடன் தனக்குள் பேசிக்கொள்கிறாள்.

அவளுடைய மனம், அவனை ஆசையாகப் பார்த்தபடி 'அணிகலன்கள் அணிந்த உன் அழகு மார்பை எனக்குத் தா' என்று கேட்கிறது. அவளுடைய உடல், அவனைத் தழுவிக்கொள்கிறது.

மாணார்க் கடந்த மற வெம்போர் மாறனைக்

காணாக்கால் ஆயிரமும் சொல்லுவேன், கண்டக்கால்

பூண் ஆகம் தா என்று புல்லப்பெறுவேனோ?

நாணோடு உடன்பிறந்த நான்.

(மாணார் => பகைவர்கள்

மறம் => வீரம்

வெம்போர் => கொடிய போர்

காணாக்கால் => பார்க்காவிட்டால்

கண்டக்கால் => பார்த்துவிட்டால்

பூண் => அணிகலன்கள்

ஆகம் => உடல்

புல்ல => அணைக்க / தழுவ

நாண் => வெட்கம்)

95. யார் பேச்சைக் கேட்பது?

நம்முடைய திரைப்படங்களில் காதலுக்குப் பல எதிரிகள் இருக்கிறார்கள். காதலர்களின் பெற்றோரோ, உடன்பிறந்தோரோ, நண்பர்களோ, இன்னபிறரோ இப்படி வில்லனாகக் காண்பிக்கப்படுகிறார்கள்.

ஆனால், இந்த மனித வில்லன்களைக்காட்டிலும் காதலர்களுக்குக் கூடுதல் கொடுமை செய்யக்கூடிய ஒரு 'முதன்மையான' மற்றும் 'பொதுவான' வில்லன், பிரிவு.

ஒருவரை ஒருவர் பிரிந்திருக்கும் காதலர்களின் இரவு மிகவும் நீளமானது என்று திருக்குறள் சொல்கிறது. 'நெடியக் கழியும் இரா' என்று அதை விளக்கும் வள்ளுவர், அது 'கொடியார் கொடுமையின் கொடுமை' என்கிறார்.

உண்மையில் இந்த இராப்பொழுது இரட்டை வேடம் போடுவது. சில நேரங்களில் வில்லனாகவும், சில நேரங்களில் நாயகனாகவும் தோற்றம் தரக்கூடிய மாயப்பொழுது அது.

காதலனைப் பிரிந்திருக்கும் காதலிகளுக்கு இரவுப் பொழுது தாங்கமுடியாத தொல்லையாக இருக்கிறது. தூக்கம் வருவதில்லை. படுக்கை நோகிறது. கண்களை மூடினால் கனவுகள், திறந்தால் நினைவுகள். ஊரே உறங்கிக்கொண்டிருக்க இவர்களுக்குமட்டும் இந்தத் துன்பம். வருத்தமும் தன்னிரக்கமும் அவர்களைச் சூழ்ந்து

அழுத்த, இந்தக் கொடுமையான இரவு விரைவில் விடிந்துவிடாதா என்று ஏங்குகிறார்கள் அவர்கள்.

அதே நேரம், காதலனோடு சேர்ந்திருக்கும் காதலிகளுக்கு அந்த மகிழ்ச்சியில் இராப்பொழுது எப்படி விரைகிறது என்றே தெரிவதில்லை. கண்மூடித் திறப்பதற்குள் அது காணாமல்போய்விடுகிறது என்று திகைக்கிறார்கள். குறுந்தொகையில் ஒரு காதலி, 'அடடா, சட்டென்று இரவு கழிந்து, பொழுது விடிந்துவிட்டதே. என்னிடமிருந்து என் காதலனைப் பிரிக்கும் வாளாக இந்த விடியற்காலை வந்துவிட்டதே' என்று பதறுகிறாள்.

இந்த முத்தொள்ளாயிரப் பாடலின் நாயகி, பாண்டியனின் காதலி. மலர்களை நன்றாக விரவித் தொடுத்த மாலையை அணிந்தவன், மார்பில் ஒளி பொருந்திய சந்தனத்தைப் பூசிக்கொண்டவனான அந்தப் பாண்டியனை எண்ணி ஏங்கியிருப்பவள் இவள்.

உண்மையாகப் பார்த்தால், பாண்டியனைப் பிரிந்திருக்கும் இந்தக் காதலிக்கு இரவுப் பொழுது ஒரு கொடும் வில்லனாகத் தெரியவேண்டும். ஆனால், இந்தப் பெண் அந்த உணர்ச்சியைத் தனக்குள் மறைத்துக்கொண்டு அந்த இரவின்மீது இரக்கப்படுவதுபோல் பேசுகிறாள்.

'இரவுப் பொழுதே, உன் நிலைமையைப் பார்த்தால் எனக்கு இரக்கம்தான் வருகிறது' என்று கேலிச் சிரிப்போடு சொல்கிறாள் அவள், 'பாண்டியனைப் பிரிந்திருக்கும் காதலிகள் விரைவில் விடிந்துவிடும்படி உன்னைக் கெஞ்சுவார்கள். ஆனால், அவனோடு சேர்ந்து மகிழ்ந்திருக்கும் காதலிகள் "இரவே, நீ விடியவே வேண்டாம். இப்படியே நீளமாக நீண்டுகொண்டே இரு" என்று விரும்புவார்கள். இவர்களில் யாருடைய பேச்சைக் கேட்பாய் நீ?'

புல்லாதார் வல்லே புலர்கென்பார்; புல்லினார்

நில்லாய் இரவே நெடிது என்பார், நல்ல

விராஅ மலர்த் தார் மாறன் ஒண்சாந்து அகலம்

இரா அளிப்பட்டது இது.

(புல்லுதல் => தழுவுதல்

வல் => வேகம்

புலர்தல் => விடிதல் (அதிகாலை)

விராஅ மலர் => பரவலாகத் தொடுத்த மலர்கள்

தார் => மாலை

ஒண்சாந்து => ஒளி நிறைந்த சந்தனம்

அகலம் => மார்பு

அளிப்படுதல் => இரக்கத்துக்கு உரியதாக இருத்தல்)

96. விழியோர முத்துகள்

பாண்டியனின் நாடு முத்துக்களுக்குப் பெயர் பெற்றது.

பொதுவாக, தண்ணீரினுள்ளிருக்கிற சிப்பியில்தான் ஒளி நிறைந்த முத்துக்கள் கிடைக்கும். ஆனால், பாண்டியனின் ஆட்சியில் வேறோர் இடத்திலும் முத்துக்கள் கிடைக்கும் என்கிறார் இந்தப் புலவர்.

வேறு எங்கே?

பகைவர்களின் இரத்தத்தைக் குடிக்கும் வேலை ஏந்திய அரசன் பாண்டியனின் சந்தனம் பூசிய, குளிர்ந்த மார்பு. அதை நினைத்து ஏங்குகிறார்கள் பாண்டிய நாட்டுப் பெண்கள்.

அப்போது, அவன் அருகில் இல்லையே என்கிற ஏக்கத்தில் அவர்களின் விழியோரங்களிலிருந்து முத்துக்கள் வழிந்தோடுகின்றன.

இப்படிப் பாண்டியனோடு சேரமுடியாத பெண்கள் இராப்பகலாக முத்து விளைவித்துக்கொண்டிருப்பதால்தானோ என்னவோ, பாண்டிய நாடு முத்துக்களுக்குப் புகழ்பெற்றிருக்கிறது.

இப்பி ஈன்று இட்ட எறிகதிர் நித்திலம்

கொற்கையே அல்ல படுவது கொற்கைக்

குருதி வேல் மாறன் குளிர் சாந்து அகலம்

கருதியார் கண்ணும் படும்.

(இப்பி => சிப்பி

ஈன்று இட்ட => பெற்றுத் தந்த

எறிகதிர் => ஒளி மிகுந்த

நித்திலம் => முத்து

படுவது => உண்டாவது

குருதி => இரத்தம்

சாந்து => சந்தனம்

அகலம் => மார்பு

கருதியார் => கருதியவர்கள்)

97. ஊடல் கோளாறுகள்

'**ஊ**டுதல் காமத்திற்கு இன்பம்' என்று திருக்குறளின் நிறைவுக் குறள் சொல்கிறது. காதலர்கள் ஒருவரை ஒருவர் செல்லமாகச் சீண்டிக்கொள்கிற ஊடல் எனப்படும் இந்தப் பொய்யான சினம்தான் காதல் பொழுதைச் சுவையாக்குகிறது.

ஆனால், சில நேரங்களில் இந்த ஊடலே காதலுக்குப் பெரிய எதிரியாகவும் ஆகிவிடுகிற வாய்ப்பு உண்டு.

அது எப்படி? இந்தப் பாடல் சொல்லும் காட்சியைப் பாருங்கள்.

பாண்டியனும் அவனுடைய காதலியும் தனித்திருக்கிறார்கள். ஆசையோடு ஒருவரையொருவர் தழுவியிருக்கவேண்டிய இரவுப் பொழுது.

ஆனால், பாண்டியனின் காதலிக்கு அவன்மீது ஏதோ செல்லச் சினம், 'என்னோடு பேசாதீர்கள்' என்று முகத்தைத் திருப்பிக்கொண்டு அமர்ந்துவிடுகிறாள்.

அவள் சினம் கொண்டிருப்பது ஏன் என்று புரியாத பாண்டியன் அவளை நெருங்கி, 'ஏன் சினம் கொள்கிறாய்? என்ன ஆயிற்று? நான் அப்படி என்ன தவறு செய்துவிட்டேன்?' என்றெல்லாம் விசாரிக்கிறான், அவளுடைய சினத்தைத் தணிக்க முயல்கிறான்.

ஆனால், இந்தப் பேச்சுகளால் அவளுடைய சினம் விலகவில்லை. அவள் இன்னும் ஊடல் குறையாமல்தான் அமர்ந்திருக்கிறாள்.

சிறிது நேரத்துக்குப்பின், பாண்டியனுக்கு இந்த விளையாட்டு சலித்துப்போய்விடுகிறது, 'சர்தான் போம்மா' என்பதுபோல் அவனும் முறைத்துக்கொண்டு திரும்பி அமர்ந்துவிடுகிறான்.

அதைப் பார்த்ததும் அவனுடைய காதலி பதறிப்போகிறாள், 'அடடா, நான் ஏதோ உங்கள்மீது சினம் இருப்பதுபோல் நடித்தேன், விளையாடினேன். அதைப்போய் நீங்கள் உண்மை என்று நம்பிவிட்டீர்களே' என்கிறாள்.

ஆனால், இதைக் கேட்டபின்னும் பாண்டியனிடம் எந்த மாற்றமும் இல்லை. அவன் அப்படியேதான் அமர்ந்திருக்கிறான். அவள் அவனுடைய தாடையைப் பிடித்துக் கெஞ்சுகிறாள், கொஞ்சுகிறாள், 'என் ராசா, கோவப்படாம மறுபடி என்னோட பேசுவியாம்'. இப்படி அவள் எத்தனை முயன்றும் அவன் அசையவே இல்லை, சினம் குறையாமல்தான் இருக்கிறான்.

இப்படியாக, இவளுடைய ஊடலைத் தணிக்க அவன் முயற்சி செய்ய, பின்னர் அவனுடைய ஊடலைத் தணிக்க இவள் முயற்சி செய்ய, இப்படி ஒருவருக்கொருவர் முறைத்துக்கொண்டு, சமாதானமாகிக்கொண்ட இந்தப் போராட்டத்திலேயே இரவு கழிந்து பொழுது விடிந்துவிட்டது.

மகிழ்ச்சியாகக் கழிந்திருக்கவேண்டிய இரவுப் பொழுது இந்த ஊடலால் வீணாகிவிட்டது, 'தேன் ஊறும் மலர்களைப் பறித்துத் தொடுத்த மாலையை அணிந்த என் காதலன் பாண்டியனின் குளிர்ச்சியான, சந்தனம் பூசிய அழகிய மார்பைத் தழுவாமலேயே இந்த இரவு வீணாகிவிட்டது' என்று புலம்புகிறாள் இந்தக் காதலி.

யான் ஊடத் தான் உணர்த்த யான் உணராவிட்டதன்பின்,

தான் ஊட, யான் உணர்த்தத் தான் உணரான், தேன் ஊறு

கொய் தார் வழுதி குளிர் சாந்து அணி அகலம்

எய்தாது இராக் கழிந்தவாறு.

(ஊடுதல் => பொய்யாகச் சினம் கொள்ளுதல்

உணர்த்துதல் => அந்தப் பொய்யான சினத்தைத் தணிக்க முயற்சி செய்தல்

தார் => மாலை

சாந்து => சந்தனம்

அணி அகலம் => அழகிய மார்பு

எய்தாது => அடையாமல்)

98. உதவிக்கு வந்த உறவு

நமக்கு ஒரு துன்பம் வரும்போது யார் உதவி செய்வார்கள்? நண்பர்களா? அல்லது, உறவினர்களா? அல்லது, மற்றவர்களா?

உண்மையில் எப்படியோ தெரியாது. இதுபோன்ற துன்பமான நேரங்களில் யார் கை கொடுக்காவிட்டாலும் நம் உறவினர்கள்தான் நமக்கு உதவுவார்கள் என்று சில பழைய பொன்மொழிகளும், நம்பிக்கையும் சொல்கின்றன. 'தான் ஆடாவிட்டாலும் தன் சதை ஆடும்' என்று தமிழிலும், '*Blood is thicker than water*' என்று ஆங்கிலத்திலும் இதைச் சொல்வார்கள்.

இந்தப் பாடலில், அந்தச் சொற்றொடர்களைச் சுட்டிக்காட்டி, அவை உண்மை என்பதற்கான ஒரு சான்றையும் சொல்கிறாள் ஒரு பெண்.

'ஒளி வீசும் நகைகளை அணிந்த என் தோழி, நான் இன்றைக்கு ஓர் உண்மையைக் கண்டுகொண்டேன்' என்கிறாள் இவள்.

இதைச் சொல்லும்போது அவளுடைய முகத்தில் பரவியுள்ள மகிழ்ச்சியைக் கண்டதும், தோழிக்கும் அந்த மகிழ்ச்சி தொற்றிக்கொள்கிறது, 'அப்படி என்ன பெரிய உண்மையைக் கண்டுகொண்டாய்?' என்று விசாரிக்கிறாள்.

'துன்பமான காலத்தில் யார் நமக்கு உதவி செய்யாவிட்டாலும் நம் உறவினர்கள் நமக்கு உதவுவார்கள் என்று சொல்வார்கள். அது உண்மை என்று நான் இன்றைக்குப் புரிந்துகொண்டேன்.'

'அது எப்படி?'

'சொல்கிறேன் கேள்' என்று தன் கையை முன்னே நீட்டுகிறாள் அவள், 'என் காதலன், வையை ஆற்றின் தலைவன் பாண்டியனைப் பிரிந்த ஏக்கத்தில் நான் தவித்திருக்க, என் உடல் தானாக மெலிந்துபோனது. அப்போது, இந்தச் சங்கு வளையல்கள் என் கையை விட்டுக் கழன்று கீழே விழப் பார்த்தன. அப்போதுதான், சாலையில் என் பாண்டியன் வந்தான். அதை அறிவிப்பதற்காக வலம்புரிச் சங்கு ஒலித்தது. அந்த ஒலியைக் கேட்டதும், அவன் வருகிறான் என்கிற செய்தியை அறிந்ததும் என்னுடைய மனமும், உடலும் சரியாகிவிட்டன. வளையலும் கீழே விழாமல் தப்பிவிட்டது.'

அவள் மகிழ்ச்சியுடன் இப்படிச் சொல்ல, தோழிக்கு மிகவும் குழப்பம், 'இதற்கும் நீ முன்பு சொன்னதற்கும் என்னடீ தொடர்பு?' என்று அதட்டுகிறாள்.

'தொடர்பு இருக்கிறது தோழி' என்று சிரிக்கிறாள் பாண்டியன் காதலி, 'என் கையிலுள்ள நீண்ட வளையல்கள் சங்கினால் செய்யப்பட்டவை. அப்படியானால், பாண்டியனின் வலம்புரிச் சங்கும், இந்தச் சங்கு வளையல்களும் ஒருவிதத்தில் உறவினர்கள்தானே?'

'ஆமாம்' இன்னும் உறுதியில்லாத மனத்துடன் தலையாட்டுகிறாள் தோழி.

'பாண்டியனைப் பார்க்காமல் நான் மேலும் மேலும் ஏங்கினால், இன்னும் இன்னும் மெலிந்துகொண்டேயிருந்தால் என்னுடைய சங்கு வளையல்கள் கீழே விழுந்து உடைந்துவிடக்கூடும். அந்த அச்சத்தில் அந்த வலம்புரிச் சங்கு சரியான நேரத்தில் ஒலித்தது, அதன் இனமாகிய வளையல்களைக் காப்பாற்றிவிட்டது.'

செய்யார் எனினும் தமர் செய்வர் என்னும் சொல்

மெய்யாதல் கண்டேன் விளங்கிழாய், கை ஆர்

வரி வளை நின்றன வையையார் கோமான்

புரி வளை போந்து இயம்பக் கேட்டு.

(செய்யார் => (உதவி) செய்யமாட்டார்கள்

தமர் => தமக்கு உரியவர்கள் / உறவினர்கள்

விளங்கிழாய் => ஒளி மிகுந்த நகைகளை அணிந்த பெண்ணே

ஆர் => நிறைந்துள்ள

வரி வளை => நீண்ட வளையல்கள்

வையையார் கோமான் => வையை ஆறு பாயும் பாண்டிய நாட்டு மக்களின் தலைவன் / பாண்டியன்

புரி வளை => வலம்புரிச் சங்கு

போந்து => வந்து

இயம்ப => சொல்ல)

99. சாவித் துளைக்கு நன்றி

பெருநகரக் கதவுகளில் சிறியதாக ஒரு துளை வைத்து, அதில் ஓர் உருப்பெருக்கக் கண்ணாடியையும் பொருத்தியிருப்பார்கள். அதன் வழியாகப் பார்த்தால், வீட்டுக்கு வெளியில் நிற்பவர் யார், எவர் என்று தெரிந்துகொள்ளலாம்.

இதன் முக்கியமான பயன், யாரைத் தவிர்க்கவேண்டும் என்று தெரிந்துகொண்டு கதவைத் திறக்காமலே இருந்துவிடுவதுதான். கணீரென்று அழைப்பு மணி ஒலி கேட்கிறதா? சட்டென்று கதவைத் திறந்துவிடக்கூடாது. அந்தக் கண்ணாடித் துளையின் வழியாக ஊன்றிப் பார்க்கவேண்டும். வந்திருப்பவர் யார் என்று தெரிந்துகொள்ளவேண்டும். பிறகு, இவரை உள்ளே அனுமதிக்கத்தான் வேண்டுமா என்று சிந்தித்துப்பார்த்துத் தீர்மானிக்கவேண்டும். எப்போது வந்தாலும் கையில் அரை மூட்டை மாம்பழத்தோடு வருகிற கிராமத்து மாமாவா? உடனடியாகக் கதவை அகலத் திற. எப்போதும் வம்புப் பேச்சுக்கு அலைகிற, அரைக் கரண்டி காஃபிப் பொடி கடன் கேட்கப்போகும் பக்கத்து வீட்டுப் பெண்மணியா? வந்த சுவடு தெரியாமல் பின்னால் நகர்ந்து மறைந்துவிடு. அழைப்பு மணியை அழுத்தி அழுத்தி, விரல் தேயட்டும்.

இப்படியாக, தவிர்க்கவேண்டியவர்களை அடையாளம் கண்டுகொள்வதற்காகப் பொருத்தப்படும் இந்தக் கதவுத் துளையை இங்கு ஒரு பெண் சற்று வேறுவிதமாகப் பயன்படுத்துகிறாள்.

பாண்டியன் காலத்திலும் கதவில் உருப்பெருக்கக் கண்ணாடியெல்லாம் உண்டா என்று திகைக்கவேண்டாம். இது கண்ணாடித் துளை இல்லை, திறவுகோல் எனப்படும் சாவியின் துளை.

அரசன் பாண்டியன் வீதியில் சுற்றி வரும்போது அவனைப் பார்த்து மனத்தைப் பறிகொடுக்கும் பெண்கள் ஏராளம். அதனால், அவன் அரண்மனையிலிருந்து கிளம்புகிறான் என்று கேள்விப்பட்டதுமே, ஊரில் இருக்கிற வயதுப் பெண்களின் தாய்மார்களுக்கெல்லாம் பெரும் பதற்றமாகிவிடும். தங்களின் மகள்கள் பாண்டியனின்மீது காதலில் விழுந்துவிடாமல் காப்பாற்றியாகவேண்டும் என்று உடனடியாகக் கிளம்புகிறார்கள், அந்தப் பெண்களை வீட்டினுள் இழுத்துப் பூட்டிவிடுகிறார்கள்.

ஒன்றைத் தடுக்கத் தடுக்கத்தான் அதன்மீது ஆர்வம் கூடும் என்று சொல்வார்கள். அதுபோல, வீட்டினுள் சிறைவைக்கப்பட்ட இந்தப் பெண்ணின் இளைய மனம் பாண்டியனை எப்படியாவது பார்த்தாகவேண்டும் என்று தீர்மானம் செய்துகொள்கிறது.

நெடுநேரம் யோசித்தபின் அதற்கும் ஒரு வழி கிடைக்கிறது. தன்னுடைய தாய் இல்லாதபோது, கதவின் சாவித் துளை வழியாகப் பாண்டியனைக் கண்ணாரப் பார்த்து மகிழ்கிறாள் அவள்.

‘அடடா, நான் பாண்டியனின் அழகைப் பார்த்து மகிழ்வதற்காகவே எங்கள் வீட்டுக் கதவில் இப்படி வசதியாகத் துளை செய்து வைத்திருக்கிற தச்சருக்கு நன்றி’ என்று உரக்கக் கூவுகிறாள் அவள், ‘இந்தக் கதவைச் செய்த தச்சர் யாரோ, எவரோ, எனக்குத் தெரியாது. ஆனால், அவர் எனக்குச் செய்திருக்கும் இந்த உதவிக்கு நான் அவருக்கு என்ன கைம்மாறு செய்யப்போகிறேன்?’

நகைச்சுவை ததும்பும் நல்ல பாடல்தான். ஆனால், கதவின் கீழ்ப்பகுதியிலிருக்கிற சாவித் துளையின் வழியாக எட்டிப் பார்ப்பதற்காக நாள்தோறும் இப்படிக் குனிந்தால் அந்தப் பெண்ணுக்கு முதுகு பிடித்துக்கொள்ளாதோ என்று நினைத்தால்தான் சற்றுக் கவலையாக இருக்கிறது.

காப்பு அடங்கு என்று அன்னை கடிமனை இற்செறித்து

யாப்பு அடங்க ஓடி அடைத்தபின் மாக்கடுங்கோன்

நன்னலம் காணக் கதவந்துளை தொட்டார்க்கு

என்னைகொல் கைம்மாறு இனி?

(காப்பு => காவல்

கடிமனை => காவல் நிறைந்த வீடு

இற்செறித்து => வீட்டினுள் அடைத்துவைத்தல்

யாப்பு => கட்டு

தொட்டார் => தோண்டினார் / தோண்டியவர்)

100. ஓரமாக நடந்து வா

அவள், பாண்டியனின் காதலி.

நாம் அவளைப் 'பாண்டியனின் காதலி' என்று சொல்லிவிட்டோம். ஆனால், பாண்டியன் இன்னும் அவளைப் பார்க்கக்கூட இல்லை. அன்றாடம் அவன் வீதிகளில் சுற்றி வரும்போது அவனை ஏக்கமாகப் பார்த்துக் காதலில் மூழ்கிய ஏராளமான பெண்களில் அவளும் ஒருத்தி. வேறுவிதமாகச் சொல்வதென்றால், 'ஒரு தலைக்' காதலி.

இவள் பாண்டியனை நாள்தோறும் பார்த்து மகிழ்கிறாள். இதைக் கவனித்த இவளுடைய தாய், 'அடடா, இந்தக் காதல் நம் வீட்டுக்கு நல்லதில்லை' என்று பதறுகிறாள், தன் மகளை வீட்டினுள் அடைத்துப் பூட்டிவிடுகிறாள்.

இந்தப் பெண் தவிக்கிறாள், அழுது புரள்கிறாள், 'அம்மா, நீ என்னை வீட்டுக்குள் அடைத்துக்கொள். எனக்கு எந்த மறுப்பும் இல்லை. ஆனால், என் மனம் கவர்ந்த பாண்டியன் வீதியில் சுற்றி வரும்போதுமட்டும் என்னை வெளியில் விடு. நான் அவனைக் கண்ணாரப் பார்த்து மகிழ்கிறேன்' என்று கெஞ்சுகிறாள், 'அவனைப் பார்க்காவிட்டால் எனக்கு என்ன ஆகுமோ தெரியாது' என்று மிரட்டுகிறாள்.

ஆனால், கண்டிப்பான அவளுடைய தாய் இந்த அச்சுறுத்தலுக்கும் கெஞ்சலுக்கும் இரங்கவில்லை, பூட்டிய கதவைத் திறக்க மறுத்துவிடுகிறாள். செய்வதறியாத வருத்தத்துடன் தவித்திருக்கிறாள் அந்தப் பெண்.

பாண்டியன் வரும் நேரம் நெருங்குகிறது. அவனைப் பார்க்கமுடியாதோ என்று நினைக்கையில் அவளுடைய உடம்பெல்லாம் நடுங்குகிறது.

அப்போதுதான் அவளுக்கு ஒரு நல்ல உத்தி தோன்றுகிறது. கதவு பூட்டியிருந்தால் என்ன? சாளரம் (சன்னல்) இருக்கிறதே! அதன் வழியாகப் பாண்டியனைப் பார்த்து மகிழலாமே!

ஆனால், அதிலும் ஒரு சிக்கல். சாலையில் பாண்டியன் வருவது இங்கிருந்து பார்த்தால் சரியாகத் தெரியுமோ, தெரியாதோ... அவளுக்குத் தெரியவில்லை.

அதனால், அதற்கும் ஒரு வழி கண்டுபிடிக்கிறாள் அவள். பாண்டியன் ஏறி வரும் பெண் யானையைத் தன்னுடைய பாடலால் அழைத்து, அதற்கு ஒரு கோரிக்கை விடுக்கிறாள்.

'உடுக்கைபோன்ற பாதங்களை உடைய பெண் யானையே, கேடயத்தைப்போன்ற காதுகளையும், தொங்குகின்ற தும்பிக்கையும் உடையவளே!'

சிரிக்காதீர்கள். ஒரு யானையை இப்படியெல்லாம்தான் புகழ்ந்து பாடமுடியும். என்னதான் யானை என்றாலும் அதுவும் ஒரு பெண்தானே? அதன் அழகைக் கொஞ்சம் புகழ்ந்து உச்சிகுளிரச் செய்தால்தானே நம்முடைய வேலை ஒழுங்காக நடக்கும்? அந்த உளவியல் உத்தி பாண்டியனின் காதலிக்குத் தெரிந்திருக்கிறது.

அவளுடைய புகழ்ச்சி வரிகளைக் கேட்ட யானை மெல்லமாகத் தலையசைத்தபடி, 'சரி, சரி, உனக்கு என்ன வேண்டும்? சட்டென்று சொல்' என்கிறது.

'பெரிதாக ஒன்றுமில்லை. உன்னால் எனக்கு ஓர் உதவி ஆகவேண்டும். கெஞ்சிக் கேட்கிறேன்' என்கிறாள் அவள்.

'என்ன உதவி?'

'மலர்ந்து மணம் வீசும் பூக்களைத் தொடுத்து மாலையாக அணிந்தவன், சிவந்த நிறம் கொண்ட என் காதலன் பாண்டியன். நீதான் நாள்தோறும் அவனைச் சுமந்துகொண்டு வீதி வீதியாகச் சுற்றி வருகிறாய். இன்றைக்கு அப்படிச் சுற்றி வரும்போது, பாதையின் மையத்தில் நடக்காதே. எங்கள் வீட்டுச் சாளரத்தை

ஒட்டியதுபோல் நடந்து வருவாயா?' என்று கெஞ்சலாகக் கேட்கிறாள் அவள், 'நீமட்டும் இந்த உதவியைச் செய்தாயானால், நான் எந்தத் துன்பமும் இல்லாமல் இங்கிருந்தபடியே என்னுடைய காதலனைக் கண்ணாரப் பார்த்து மகிழ்வேன்.'

துடி அடித் தோல் செவித் தூங்கு கை நால்வாய்ப்

பிடியே, யான் நின்னை இரப்பல், கடி கமழ் தார்

சேலேகவண்ணனொடு சேரி புகுதலும் எம்

சாலேகம் சார நட

(துடி => உடுக்கை

அடி => பாதம்

தோல் => கேடயம்

தூங்கு கை => தொங்கும் துதிக்கை

நால்வாய் => யானை

பிடி => பெண் யானை

இரப்பல் => கெஞ்சுவேன்

கடி கமழ் தார் => மிகுதியாக மணம் வீசும் மாலை

சேலேகவண்ணன் => சிவந்த நிறம் கொண்டவன்

சாலேகம் => ஜன்னல்

சார => பக்கமாக / ஒட்டியதுபோல்)

101. (மறுபடியும்) மெல்ல நட

தனது நீண்ட, நல்ல வேலினால் பகைவர்களைக் குத்திக் கொன்று, அவர்களின் இறைச்சி ஒட்டியிருக்கும் வேலை ஏந்தியிருக்கிற அரசன் பாண்டியன். அவனைச் சுமந்து செல்லும் யானையிடம் கெஞ்சலாக ஒரு கோரிக்கை விடுத்த பெண்ணைச் சென்ற பாடலில் பார்த்தோம்.

அந்தப் பெண்ணின் கோரிக்கைக்குப் பாண்டியனின் யானை இணங்கியதா? அது நமக்குத் தெரியவில்லை. ஆனால், இந்தப் பாடலில் வேறொரு பெண் அந்தப் பெண் யானைமீது கடுமையாகச் சினம் கொள்கிறாள்.

'ஏம்மா, என்னைப்போலவே நீயும் ஒரு பெண்தானே? ஆனால், அந்தப் பெண்மைக்கு உரிய பணிவு உன்னிடம் இல்லையே' என்று யானையை அதட்டுகிற இவளும் பாண்டியனின் (இன்னொரு) காதலிதான்.

ஆனால், அந்த யானைக்கு இந்தத் தகவலெல்லாம் தெரியாது. அதனால், 'யார் இந்தப் பெண்? திடீரென்று எங்கிருந்து முளைத்தாள்? ஏன் இப்படி என்னைத் திட்டுகிறாள்?' என்று திகைத்து நிற்கிறது அது.

அந்தப் பெண் தொடர்ந்து பேசுகிறாள், 'நீ எங்கள் கூடல் (மதுரை) நகரின் அரசன் பாண்டியனைச் சுமந்துகொண்டு நாள்தோறும் நடந்து வருகிறாயே. அப்போது நீ ஏன் விறுவிறுவென்று விரைவாக நடக்கிறாய்? கொஞ்சம் மெதுவாக நடக்கக்கூடாதா?'

அவள் இப்படிச் சொன்னதும் அந்த யானைக்கு எல்லாம் புரிந்துவிட்டது. யானை மெதுவாக நடந்தால்தான் பாண்டியனின் வீதிப் பயணம் நெடுநேரம் நடைபெறும். அப்போதுதான் இந்தப் பெண் பாண்டியனைக் கூடுதல் நேரம் பார்த்து மகிழமுடியும்.

'ஓ, இதற்காகத்தான் நீ என்மீது சினப்படுகிறாயா' என்று நினைத்துக்கொண்டபடி அவள்மேல் குறும்பான பார்வை ஒன்றை வீசுகிறது அந்தப் பெண் யானை, 'ஏன்? விரைவாக நடந்தால் என்னவாம்?' என்று கிண்டலாகக் கேட்கிறது.

'மெதுவாகவும் மென்மையாகவும் நடப்பதுதான் பெண்களுக்கு அழகு' என்கிறாள் அவள், 'இட்ட அடி நோக, எடுத்த அடி கொப்புளிக்க... என்றெல்லாம் பாடல்களில் சொல்வார்கள். நீ கேட்டதில்லையா?'

'ம்ஹூம், இல்லை' பெரிதாகத் தலையாட்டுகிறது யானை, 'நீ என்ன வேண்டுமானால் சொல்லிவிட்டுப் போ. நான் அப்படித்தான் விரைவாக நடப்பேன்.'

'இல்லை, இல்லை, அதெல்லாம் தப்பு' என்று பதற்றமாகச் சொல்கிறாள் அந்தப் பெண், 'நீ மெதுவாகத்தான் நடக்கவேண்டும்.'

'அதுதான் ஏன் என்று கேட்கிறேன்' குறும்பும் சிரிப்பும் கொஞ்சமும் குறையாமல் கேட்கிறது யானை.

'நீ மெதுவாக நடந்தால்தானே நான் என் பாண்டியனை நெடுநேரம் பார்த்து ரசிக்கமுடியும்?' என்று தொண்டைவரை வந்துவிட்ட பதிலை அடக்கிக்கொண்டு, 'மெதுவாக நடப்பதுதான் பெண்களின் இயல்பு. இப்படித் தரையதிர விரைவாக நடந்தால் நீ ஒரு பெண்தானா என்று எல்லாரும் ஐயம் கொள்ளத் தொடங்கிவிடுவார்கள்' என்கிறாள் பாண்டியன் காதலி.

பாண்டியனைச் சுமந்துகொண்டு நடப்பது ஒரு பெருமையென்றால், அதற்காக இப்படி எத்தனைப் பேரின் திட்டுகளையும் போலி அக்கறையையும் சுமக்கவேண்டியிருக்கிறது!

(இந்தச் சோதனை, பாண்டியனின் யானைக்குமட்டுமில்லை. சோழனின் யானைக்கும்தான். முன்பு படித்த 34வது பாடலை நினைவுபடுத்திப் பாருங்கள்.)

எலாஅ மடப்பிடியே எம் கூடற் கோமான்

புலாஅல் நெடு நல் வேல் மாறன் உலாஅங்கால்

பைய நடக்கவும் தேற்றாயேல் நின் பெண்மை

ஐயப்படுவது உடைத்து

(எலாஅ => அழைப்பு

பிடி => பெண் யானை

புலா(அ)ல் => இறைச்சி

உலாஅங்கால் => உலா வரும்போது

பைய => மெதுவாக)

102. குதிரையே, ஓடாதே

சென்ற பாடலில் யானை. இந்தப் பாடலில் குதிரை.

தெருவழியாகத் தேமே என்று நடந்துகொண்டிருந்த பாண்டியனின் குதிரையை வழிமறித்துக் கூச்சலிடுகிறாள் ஒரு பெண், 'ஏ முரட்டுக் குதிரையே, பாண்டியனைச் சுமந்துகொண்டு போகும்போது ஏன் இப்படி அதிவிரைவாகப் பறக்கிறாய்? இது என்ன போர்க்களமா? நம் பாண்டிய நாடுதானே? இங்கே ஏதும் ஆபத்து இல்லையே? பிறகு ஏன் போர்க்களத்தில் பாய்வதுபோல் பாய்ந்து ஓடுகிறாய்? கொஞ்சம் மெதுவாக நடக்கக்கூடாதா?'

இப்படிச் சொல்லிவிட்டு அந்தப் பெண் சற்றுத் தணிந்த குரலில் கெஞ்சலைப்போல் தொடர்ந்து பேசுகிறாள், 'சாலைக்கு வந்து பாண்டியனைப் பார்க்கக்கூடாது என்று என் தாய் என்னை வீட்டினுள் அடைத்துவிடுகிறாள். என்னைப்போலவே இந்த ஊரில் பாண்டியனுக்கு ஏகப்பட்ட காதலிகள். எல்லாரும் இப்படித்தான் வீட்டில் சிறைப்பட்டுக் கிடக்கிறார்கள். எங்களுக்கெல்லாம் உன்னுடைய உதவி தேவை.'

'பாண்டியன் உன்மீது ஏறி வரும்போது, எங்களுக்காகக் கொஞ்சம் மெதுவாகவே நடைபோட்டு வா. உன் உதவியால் நாங்கள் பாண்டியனைப் பொறுமையாகப் பார்த்து மகிழ்வோம். கூரான வேலும், மதம் பிடித்த, சினம் கொண்ட யானைகளையும் கொண்ட அந்தப் பாண்டியனின் அழகு மார்பை, நாங்கள் வீட்டினுள் இருந்தபடி நன்றாகப் பார்த்து மகிழ்கிறோம், கண்களிலும், மனத்தினுள்ளும் அவனைச் சிறைபிடித்துக்கொள்கிறோம்.'

போர் அகத்துப் பாயுமா பாயாது உபாயமா

ஊர் அகத்து மெல்ல நடவாயோ, கூர் வேல்

மதிவெம் களியானை மாறன்தன் மார்பம்

கதவம் கொண்டு யாமும் தொழ.

(பாயுமா => பாய்வதுபோல்

உபாயமா => உதவியாக / நாங்கள் பார்ப்பதற்கு வசதியாக

மதிவெம் களியானை => மதம் பிடித்து, அதனால் புத்தி கெட்டுத் திரிந்த, சினம் கொண்ட யானை

கதவம் கொண்டு => கதவின் அருகே நின்றபடி)

103. புழுதி ஓவியம்

கவிஞர் வாலி எழுதிய ஒரு புதுக்கவிதை 'அக்னி சாட்சி' என்னும் திரைப்படத்தில் படிக்கப்பட்டது:

நான்

உன் நிஜத்தை நேசிக்கிறேன்,

நிழலையோ பூசிக்கிறேன்.

அதனால்தான்,

உன் நிழல் விழுந்த இடத்தின் மண்ணைக்கூட

நெற்றியில் நீறுபோல்,

திருநீறுபோல் இட்டுக்கொள்கிறேன்.

இந்தக் கவிதையைச் சொல்லும் காதலி தன் காதலனின் நிழல் விழுந்த மண்ணை மிகவும் மதிக்கிறாள், அதைத் தன் நெற்றியில் பூசிக்கொள்கிறாள்.

இதெல்லாம் வெறும் காதல் பிதற்றல் என்று நினைக்காதீர்கள். இவளுக்கு ஒரு பழைய முன்னோடி இருக்கிறாள். அவள்தான் இந்த முத்தொள்ளாயிரப் பாடலின் நாயகி. அவள் இருக்கும் இடத்தைப் பாண்டியன் கடந்து சென்றதும், அவனுடைய குதிரையின் காலடி பட்ட மண்ணை எடுத்து வைத்துக்கொண்டு மகிழ்ச்சியாகக் கூத்தாடுகிறாள் அவள்.

'வயலில் பூத்த மலர்களைத் தொடுத்து, அழகான வட்ட மாலையாகச் செய்து, அதைத் தன் மார்பில் அணிந்த பாண்டியனைத்

தங்கத் தேரில் அழைத்துவந்த கனவட்டம் என்னும் குதிரையே, உன்னுடைய காலில் பட்டுத் தெறித்த அந்தப் புழுதிகூட எனக்கு உயர்வானதுதான்.'

காதலனோ, அவனுடைய குதிரையோ மிதித்துச் சென்ற புழுதியை உயர்வாக நினைப்பதெல்லாம் சரிதான். ஆனால், அந்தப் புழுதியை வைத்துக்கொண்டு என்ன செய்வது? அதுதான் அவளுக்கும் தெரியவில்லை. அந்தப் புழுதியைப் பார்த்தபடி மகிழ்ச்சியில் என்னென்னவோ கற்பனைகள் செய்கிறாள்.

'என் காதலன் தொட்டுச் சிறப்பாக்கிய இந்தப் புழுதியை நான் என்ன செய்வேன்? அப்படியே அந்தப் புழுதியில் புரண்டு ஆடட்டுமா? அல்லது, உடம்பெங்கும் அதைப் பூசிக்கொள்ளட்டுமா? அல்லது, அதை என் தலையில் பூவுக்குப் பதிலாக சூடிக்கொள்ளட்டுமா?'

இப்படிப் பலவிதமாக எண்ணிப் பார்த்தபின், அவளுக்கு ஒரு நல்ல யோசனை தோன்றுகிறது, 'இந்தப் புழுதியில் தண்ணீரையும் நறுமணப் பொருட்களையும் கலந்து, வண்ணக் குழம்புபோல் ஆக்கி, பூ இதழால் தூரிகை செய்து, அதைத் தொட்டுத்தொட்டு, என் மார்பில் அவன் உருவத்தை ஓவியமாக வரைந்துகொள்ளட்டுமா?'

ஆடுகோ, சூடுகோ, ஐதாக் கலந்துகொண்டு

ஏடு கோடாக எழுதுகோ நீடு

புன வட்டப் பூந்தெரியல் பொன்தேர் வழுதி

கனவட்டம் கால் குடைந்த நீறு.

(ஆடுகோ => ஆடுவதா?

ஐது => அழகு

ஏடு => பூ இதழ்

கோடு => எழுதும் கொம்பு / தந்தம்

நீடு => நீளமான

புனம் => வயல்

பூந்தெரியல் => மலர் மாலை

கனவட்டம் => பாண்டியனின் குதிரை

கால் குடைந்த => கால் மிதித்த

நீறு => சாம்பல் / தூசு)

104. பூக்கொம்புக் காதல்

பொதுவாகப் பெண்கள் தங்களின் காதல் உணர்ச்சிகளை வெளிப்படையாகச் சொல்வதில்லை என்று ஒரு கணிப்பு அல்லது நம்பிக்கை அல்லது ஆதங்கம் அல்லது குற்றச்சாட்டு உண்டு.

இதற்கு என்ன காரணம்? இந்த முத்தொள்ளாயிரப் பாடல் அதை விளக்க முயல்கிறது.

பூக்கொம்புபோல் மென்மையான பெண்களின் காதல் அத்தனை விரைவில் வெளிப்படுவதில்லை. குடத்தினுள் ஏற்றிவைத்த விளக்கைப்போல அவளுக்குள்ளேயே மறைந்திருக்கும் ஓர் இரகசிய மகிழ்ச்சியாகவே அது இருந்துவிடுகிறது.

ஆனால், இதெல்லாம் பூக்களைத் தொடுத்து மாலையாக அணிந்த அழகன் பாண்டியன் தன் அரண்மனைக்குள் இருக்கும்வரைதான். அவன் வெளியில் செல்லக் கிளம்பிவிட்டால், சட்டென்று இந்தப் பெண்களின் பண்பு மாறிவிடுகிறது. அவர்களுக்குள் இருந்த, அவர்கள் மிகவும் விழிப்புடன் ஒளித்துவைத்திருந்த காதல் உணர்வுகள் அனைத்தும் எல்லாரும் அறியும்படி வெளிப்படத்தொடங்கிவிடுகின்றன.

ஆனால், இந்தக் காதல் உணர்ச்சி தோன்றிய மறுகணம் இன்னொரு ஆபத்தும் தோன்றிவிடுகிறது. பசுக்கள் கூட்டமாகச் சென்று, மேய்ந்து திரும்புகிற அழகான மலையில் காட்டுத் தீ பற்றியதுபோல, அந்தப் பெண்களைப்பற்றிய வதந்திகளும், பழிச்சொற்களும் ஊரெங்கும்

உலவத்தொடங்கிவிடுகின்றன. அந்த ஊரில் இருக்கிற 'நல்லவர்கள்' எல்லாரும் ஒரு கட்சியில் சேர்ந்துகொள்கிறார்கள், காதல் என்பது பெருங்குற்றம் என்பதாக வாதிட்டு இந்தப் பெண்களைப்பற்றித் தவறாகப் பேசத் தொடங்கிவிடுகிறார்கள்.

இப்படியாக, 'நீங்கள் உங்கள் காதல் உணர்ச்சிகளை வெளிப்படையாகத் தெரிவித்தால் நாங்கள் உங்களைப்பற்றி வதந்தி பேசுவோம்' என்று சமுதாயம் ஒரு தவறான கொள்கையை வைத்திருக்கும்போது எந்தப் பெண்தான் தன் காதலை வெளியில் சொல்ல நினைப்பாள்?

குடத்து விளக்கேபோல் கொம்பு அன்னார் காமம்

புறப்படா. பூந்தார் வழுதி புறப்படின்

ஆ புகு மாலை அணி மலையில் தீயேபோல்

நாடு அறி கௌவை தரும்.

(அன்னார் => போன்றவர்கள்

புறப்படுதல் => வெளியில் தெரிதல் / தோன்றுதல்

தார் => மாலை

ஆ => மாடுகள்

அணி மலை => அழகிய மலை

கௌவை => பழிச்சொல்)

105. பயிரை மேயும் வேலி

'வேலியே பயிரை மேய்ந்த கதை' என்று ஒரு பழமொழி உண்டு. அந்த அறிவுரைதான் இன்றைய முத்தொள்ளாயிரப் பாடலில் காதல் கதையாக மிளிர்கிறது.

'ஒலி எழுப்புகின்ற அலையைக் கொண்ட கருப்பு நிறக் கடல் சூழ்ந்த கொற்கை நகரத்தின் தலைவன் பாண்டியன். அவனுடைய குடிமக்களாகிய எங்களைக் காப்பாற்றவேண்டிய அவனே எங்களிடம் கொள்ளையடித்துச் சென்றால் நாங்கள் யாரிடம் சென்று முறையிடுவோம்?' என்று குற்றம் சாட்டுகிறாள் ஒரு பெண்.

பாண்டியன் கொள்ளையடித்தானா? எப்போது? எங்கே? யாரை? எப்படி?

அதையும் அவளே விளக்கிச் சொல்கிறாள், 'குற்றமில்லாத எங்கள் வீதியில் ஓர் ஓரமாக நான் ஒதுங்கி நின்றேன். அப்போது, அரசன் பாண்டியன் அங்கு வந்தான். நானும் அவனைப் பணிவாகக் கை கூப்பித் தொழுதேன். அவன் என்னைப் பார்க்காமலே சென்றுவிட்டான். ஆனால், அப்படிச் செல்லும்போது என் மனத்தையும் நலனையும் பறித்துச் சென்றுவிட்டான். அவன் சென்ற கணத்திலிருந்து என் தோள்கள் மெலியத் தொடங்கின. அழகு கரையத் தொடங்கியது. மனம் நிலையில்லாமல் தடுமாறுகிறது.'

'ஐயா, உங்களைப் பார்த்தால் நன்கு படித்தவராகத் தெரிகிறீர்கள். நீங்களே சொல்லுங்கள். மக்களைக் காப்பாற்றவேண்டிய அரசனே இப்படி எங்களிடம் கொள்ளையடித்தால் நாங்கள் என்னதான் செய்வோம்?'

வழு இல் எம் வீதியுள் மாறன் வருங்கால்

தொழுதேனைத் தோள்நலமும் கொண்டான், இமிழ் திரைக்

கார்க்கடல் கொற்கையார் காவலனும்தானேயால்

யார்க்கு இடுகோ பூசல் இனி?

(வழு => குற்றம்

தொழுதேனை => தொழுத என்னை

இமிழ் => ஆரவாரம் / ஒலி

திரை => அலை

கார் => கறுப்பு

பூசல் => வழக்கு)

106. ஓரவஞ்சனை ஏன்?

'இந்த நாட்டுக்குக் காவலன் பாண்டியன். அப்படியானால் இங்குள்ள எல்லா உயிர்களின் நலனுக்கும் அவன்தானே பொறுப்பு?' என்று கேட்கிறாள் ஒரு பெண்.

'ஆமாம். ஏன் அப்படிக் கேட்கிறாய்?' என்கிறாள் அவளுடைய தோழி.

'குறுக்குக் கேள்விகளெல்லாம் வேண்டாம். முதலில் நான் கேட்பதற்கு நீ பதில் சொல்' என்று கறாராகப் பேசுகிறாள் அந்தப் பெண், 'பாண்டியனின் ஆளுகைக்கு உட்பட்ட அந்த உயிர்களின் பட்டியலில் நானும் உண்டுதானே? என்னுடைய உயிருக்கும் அவன்தானே பொறுப்பு?'

'ஆமாம்' மெல்லமாகத் தலையாட்டும் தோழியின் முகத்தில் இன்னும் குழப்பம் குறையவில்லை.

'இந்த நாட்டு மக்களெல்லாம் செங்கோல் வழுவாத அரசன் என்று பாண்டியனைப் பாராட்டுகிறார்கள். அது உண்மைதானே?'

'ஆமாம். அதற்கு என்ன வந்தது இப்போது?' என்று சிடுசிடுப்புடன் சொன்ன தோழி, 'இன்றைக்கு என்ன ஆயிற்று உனக்கு? ஏன் இப்படிக் கேள்விகளாக அடுக்கிக்கொண்டிருக்கிறாய்?' என்று எரிச்சலாகக் கேட்கிறாள்.

'இன்னும் ஒரே ஒரு கேள்வி. அதற்குமட்டும் பதில் சொல்லிவிடு' என்கிறாள் அந்தப் பெண், 'எல்லாருக்கும் நன்மை செய்து

நல்லாட்சி நடத்தும் மன்னன் என்று புகழ் பெற்றிருக்கும் இந்தப் பாண்டியன் எனக்குமட்டும் தீமை செய்கிறானே. அது ஏன்?'

'பாண்டியன் உனக்குத் தீமை செய்கிறானா? என்னடி உளறுகிறாய்?' பாதிப் பதற்றமும், மீதி ஆர்வமுமாகக் கேட்கிறாள் தோழி, 'நீ அவனைக் காதலிக்கிறாய் என்றல்லவா நான் நினைத்துக்கொண்டிருக்கிறேன்?'

'நான் காதலித்து என்னடி பயன்?', சலிப்போடு கேட்கிறாள் அவளுடைய தோழி, 'அவன் என்னைத் திரும்பியும் பார்ப்பதில்லை. என் காதலை ஏற்பதுமில்லை. என்னோடு நாலு வரி நல்லவிதமாகப் பேசுவதுமில்லை' வருத்தத்துடன் பெருமூச்சு விடுகிறாள் அவள், 'அந்தப் பாண்டியனை நல்ல அரசன் என்று எல்லாரும் பாராட்டுகிறார்கள். ஆனால் அவன், மற்ற மக்களுக்கு நல்லது செய்வதும், என்னை அலட்சியப்படுத்துவதுமாக இருக்கிறான். இப்படித் தன்னுடைய ஆட்சிக்கு உட்பட்டவர்கள் எல்லாரையும் சமமாக நடத்தாமல், சிலருக்குப் பால் தருவதும், சிலருக்கு வெறும் தண்ணீர் தருவதுமாக ஓரவஞ்சனை செய்கிறவன்தான் நல்ல அரசனா? நீயே சொல்.'

மன்னுயிர் காவல் தனது ஆன அவ்உயிருள்

என் உயிரும் எண்ணப்படுமாயின் என் உயிர்க்கே

சீர் ஒழுகு செங்கோல் செழியற்கே தக்கதோ

நீர் ஒழுகப் பால் ஒழுகா ஆறு.

(மன்னுயிர் => நிலைத்த உயிர்கள்

சீர் => சிறப்பு

தக்கதோ => தகுதியானதா?

ஒழுகுதல் => வழங்குதல்)

107. எளிய பெண்ணின் ஆசை

சென்ற பாடலின் தொடர்ச்சியைப்போலவே இந்தப் பாடல் அமைந்துள்ளது.

'அந்தப் பாண்டியன் வானத்துக்குக் கீழுள்ள இந்த உலகம் மொத்தத்தையும் தனி ஒருவனாக ஆட்சி செய்பவன், வெண்கொற்றக் குடையின்கீழ் நல்லாட்சி நடத்தி இந்தப் பூமியைக் காப்பவன்' என்று புகழ்கிறாள் பாண்டியனின் காதலி ஒருத்தி.

'ஆனால், அவனோடு ஒப்பிடுகையில் நான் ஓர் எளிய பெண், யாரையும் எதிர்த்துப் போராட இயலாத பெண்' என்று தன்னைச் சொல்லிக்கொள்ளும் அவள், 'என்னுடைய நிலைமை இப்படியிருக்க, ஈரமான, குளிர்ச்சியான மலர்களைத் தொடுத்து மாலையாக அணிந்த அந்தப் பாண்டியன் என்மேல் இரக்கம் காட்டவேண்டாமா?' என்று வேண்டுகிறாள்.

'வலிமை மிகுந்த பாண்டியன் எளியவளாகிய என்னைக் காப்பாற்றி அருள் செய்வதுதான் முறை. அதைச் செய்யாமலிருப்பது தவறு என்று அவனுக்கு யார் எடுத்துச்சொல்வார்கள்? யார் என்னை அவனோடு சேர்த்துவைப்பார்கள்?' என்று இந்த உலகத்தாரைப் பார்த்து ஏக்கத்தோடு கேட்கிறாள் அவள்.

தான் ஏல் தனிக்குடைக் காவலனார் காப்பதுவும்

வானேற்ற வையகம் எல்லாமால், யானோ

எளியேன் ஓர் பெண்பாலேன் ஈர்ந் தண் தார் மாறன்

அளியானேல் அன்று என்பார் ஆர்?

(ஏல் => ஏற்றுக்கொண்ட

வானேற்ற => வானத்துக்கு எதிராக / கீழே இருக்கும்

வையகம் எல்லாமால் => உலகம் முழுவதும்

ஈர் => ஈரம்

தண் => குளிர்ச்சி

தார் => மாலை

அளியானேல் => அன்பு / அருள் செய்யாவிட்டால்

ஆர் => யார்?)

108. அவன் வருவான்

பாண்டியனைக் காதலிக்கும் ஒரு பெண் அவன் தன்னைச் சந்திக்க வரவில்லையே என்று கவலை கொள்வதையும், தன்னுடைய காதல் தோற்றுவிட்டதாகவும், அவன் தன்னை ஏமாற்றிவிட்டான் என்றும் பலவிதமாக எண்ணிக்கொண்டு நொந்து புலம்பிக்கொண்டிருப்பதையும் முந்தைய பாடல்களில் பார்த்தோம்.

அந்தப் பெண்ணின் கண்ணீரைத் துடைத்து அவளுக்கு ஆறுதல் சொல்கிறது இந்தப் பாடல்.

'தேன் நிரம்பிய மலர்களைத் தொடுத்து மாலையாக அணிந்த பெண்ணே, நான் சொல்வதைக் கேள்' என்று அவளை அழைத்து அன்பாகப் பேசத் தொடங்குகிறது பாடல், 'உன் காதலனை வெறும் ஆள் என்று நினைத்துவிட்டாயா? உன்னுடைய நலனையெல்லாம் திருடிக்கொண்டு ஓடிவிடுகிற ஆள் என்று எண்ணிவிட்டாயா? அது தவறு. அப்படியெல்லாம் நீயாக ஏதும் கற்பனை செய்துகொள்ளாதே.'

இதைக் கேட்டதும் சற்று நம்பிக்கையோடு நிமிர்ந்து பார்க்கிறாள் அந்தப் பெண், 'நீங்கள் என்ன சொல்கிறீர்கள்? என் காதலன் திரும்பி வருவானா? எனக்கு அருள்புரிவானா?' என்று ஏக்கமாகக் கேட்கிறாள்.

'அவன் உறுதியாக உன்னைக் கைவிடமாட்டான்' என்று நம்பிக்கை கொடுக்கிறது பாடல், 'அவன் பெண்களை ஏமாற்றுகிற ஆள்

இல்லை. கொடுமையான அரசன் இல்லை. மிகவும் நல்லவன். ஒழுக்க நெறி மீறாமல் ஆட்சி செய்கிறவன். சேர நாடு, சோழ நாடு, பாண்டிய நாடு, கொங்கு நாடு, தொண்டை நாடு ஆகிய தமிழ்நாட்டின் ஐந்து பகுதிகளையும் முறைப்படி காவல் காக்கும் குலத்தைச் சேர்ந்த அரசன் அவன்.'

'இப்படிப்பட்ட பெருமையுடைய பாண்டியனா உன்னைக் கைவிடப்போகிறான்? கண்டிப்பாக மாட்டான். அவன் விரைவில் உன்னைச் சந்திக்க வருவான். நீ கண்ணீரைத் துடைத்துக்கொண்டு வழிமேல் விழியை வை.'

நறவு ஏந்து கோதை நலம் கவர்ந்து நல்கா

மறவேந்தன் வஞ்சியான் அல்லன், துறையின்

விலங்காமை நின்று வியன் தமிழ்நாடு ஐந்தின்

குலக் காவல் கொண்டு ஒழுகும் கோ.

(நறவு => கள் / தேன்

கோதை => மாலை

நல்கா => (அருள்) தராத

மறவேந்தன் => கொடிய அரசன்

துறை => ஒழுக்கம்

விலங்காமை => விலகிச் செல்லாமல் இருப்பது

வியன் => பரந்து விரிந்த

கோ => அரசன்)

109. பழியும் பாவமும்

'பழி ஓரிடம். பாவம் ஓரிடம்' என்று நம் ஊரில் ஒரு சுவையான பழமொழி சொல்வார்கள். இதையே நேரெதிராகத் திருப்பி, 'வெல்லம் தின்பவன் ஒருவன். விரல் சூப்புகிறவன் இன்னொருவன்' என்று சொல்வதும் உண்டு.

பாண்டியனைக் காதலிக்கும் இந்தப் பெண்ணின் கதையும் கிட்டத்தட்ட அதைப்போன்றதுதான். அவளுடைய கண்கள் செய்த தவறுக்கு எந்தப் பிழையும் செய்யாத அவளுடைய தோள்கள் மெலிந்து வாடுகின்றன.

உழுது, பயிரிட்ட நிலத்தில் பயிர்கள் மிகச் செழிப்பாக வளர்ந்திருந்தன. அப்போது, அந்த ஊரைச் சேர்ந்த ஒரு கன்று அந்தப் பயிர்களைப் பார்த்தது. பச்சைப்பசேலென்று செழித்திருந்த அந்தப் பயிர்களைக் கண்டதும் அதன் நாக்கில் எச்சில் ஊறியது. பின்விளைவுகளைப்பற்றிக் கொஞ்சமும் யோசிக்காமல், சட்டென்று வயலினுள் புகுந்து பயிரை மேய்ந்து தின்றுவிட்டது அது.

மறுநாள், அந்த வயலின் சொந்தக்காரன் வந்தான். தன்னுடைய பயிர்கள் இருந்த கோலத்தைப் பார்த்ததும் கதறித் துடித்தான், 'யார் செய்த கொடுமை இது?' என்று சினத்துடன் கத்தியபடி வயலைச் சுற்றிச்சுற்றி வந்தான்.

அப்போது, பக்கத்து வயலில் ஓர் அப்பாவிக் கழுதை மேய்ந்துகொண்டிருந்தது. அந்தக் கழுதைதான் தன்னுடைய வயலையும் மேய்ந்திருக்கும் என்று நினைத்துக்கொண்டான்

அந்த விவசாயி. சினத்துடன் அந்தக் கழுதையின்மீது பாய்ந்தான், அதை நன்றாக அடித்துத் துவைத்தான், அது செய்த தவற்றுக்குத் தண்டனையாக அதன் காதையும் வெட்டிவிட்டான்.

பாவம் அந்தக் கழுதை, எந்தத் தவறும் செய்யாமலேயே தண்டனையை அனுபவித்தது. ஆனால், உண்மையில் தவறு செய்த ஊர்க் கன்று எந்தக் கவலையும் இல்லாமல் குதியாட்டம் போட்டுக்கொண்டிருக்கிறது.

இந்தக் கதையைச் சொல்லி, அதோடு தன்னுடைய இப்போதைய நிலைமையை ஒப்பிடுகிறாள் இந்தப் பெண்.

‘தோழி, என்னுடைய கண்கள்தான் என் காதலன் பாண்டியனை முதன்முதலில் பார்த்தன. ஆனால், அவன் என்னைப் பிரிந்து சென்றபோது இந்தக் கண்களுக்கு ஏதும் ஆகவில்லை. என்னுடைய அகன்ற, பெரிய தோள்கள்தான் பசலை நோய் கொண்டு, வாடி, மெலிந்துவிட்டன. அந்த விவசாயி தன்னுடைய வயலை மேய்ந்த கன்றை விட்டுவிட்டு, எந்தத் தவறும் செய்யாத கழுதையின் காதை அறுத்ததுபோல், என்னுடைய காதலுக்கு முதல் காரணமான கண்கள் தப்பித்துவிட்டன, எந்தப் பாவமும் அறியாத என்னுடைய தோள்கள் அதற்குத் தண்டனை அனுபவிக்கின்றன.’

உழுத உழுத்தஞ்செய் ஊர்க் கன்று மேயக்

கழுதை செவி அரிந்தற்றால் வழுதியைக்

கண்ட நம் கண்கள் இருப்பப் பெரும் பணைத்தோள்

கொண்டன மன்னோ பசப்பு.

(உழுத்தஞ்செய் => உழுத வயல்

அரிந்தற்றால் => வெட்டியதைப்போல

இருப்ப => இருக்க

பணைத்தோள் => பெரிய / அகன்ற தோள்கள்

பசப்பு => பசலை நோய்)

110. நெஞ்சத் தூது

வண்டுகள் மொய்க்கும் மலர் மாலையை அணிந்த பாண்டியன் அழகாக வீதியில் வருகிறான்.

அப்போது அவனைப் பார்த்தாள் ஒரு பெண். அந்த அழகனைப் பார்த்ததுமே அவள் அவன்மீது காதல் கொண்டுவிட்டாள். மறுவிநாடி, அவளுடைய நெஞ்சம் அவன்பின்னே சென்றுவிட்டது.

மாலை வந்தது. இரவு வந்தது. இந்தப் பெண்ணுக்கோ இருப்புக்கொள்ளவில்லை. எந்நேரமும் பாண்டியன் நினைவுதான். அவனைத் தேடிச் சென்ற தன்னுடைய மனத்தை எண்ணி ஏக்கத்தோடு பாடுகிறாள்.

'என் காதலன் பாண்டியனை விரும்பி அவன்பின்னே சென்ற என்னுடைய நெஞ்சுக்கு என்ன ஆனது? அது இந்நேரம் அவனுடைய அரண்மனையைச் சென்றுசேர்ந்திருக்குமா? அல்லது, இன்னும் வழியில் சென்றுகொண்டுதான் இருக்கிறதா?'

இப்படி ஐயப்பட்டாலும், தன்னுடைய மனம் அவனுடைய இருப்பிடத்துக்குச் சென்றுவிட்டது என்று ஏதோ ஓர் உறுதியான எண்ணம் அவளுக்குத் தோன்றுகிறது. அதனால் மேலும் சில கேள்விகளை அடுக்குகிறாள்:

'அவன் பெரிய அரசன். அவனைப் பார்ப்பதற்கு யார் யாரோ வந்திருப்பார்கள். அவர்களுக்கு நடுவில் என் நெஞ்சு அவனைச் சந்தித்துப் பேச நேரமும், வாய்ப்பும் கிடைக்குமா? அப்படிக் கிடைக்கும்வரை என் நெஞ்சு எங்கே காத்திருக்கும்? அது அவன்

வீட்டு வாசலில் நின்றபடி, இடுப்பில் கை வைத்துக்கொண்டு என்னைப்போலவே ஏக்கத்தோடு காத்திருக்குமா?'

'காதலனிடம் நெஞ்சைப் பறிகொடுத்தேன்' என்று கதைகளும் கவிதைகளும் மிகைப்படுத்துவதுண்டு. ஆனால், இந்த முத்தொள்ளாயிரக் காதலி அதை மிகவும் உண்மையாக எடுத்துக்கொண்டு தன்னுடைய நெஞ்சைப் பாண்டியனுக்குத் தான் அனுப்பிய தூதாகவே நினைக்கிறாள், 'விரைவில் அவனைச் சந்தித்து, என் காதலைச் சொல்லி, நல்ல பதிலை வாங்கிக்கொண்டு திரும்பி வா' என்று தன் நெஞ்சுக்குத் தகவல் அனுப்பியவண்ணம் இருக்கிறாள்.

சென்றதுகொல், போந்ததுகொல், செவ்வி பெருந்துணையும்

நின்றதுகொல், நேர் மருங்கில் கை ஊன்றி முன்றில்

முழங்கும் கடா யானை மொய்ம்மலர்த்தார் மாறற்கு

உழந்துபின் சென்ற என் நெஞ்சு.

(போந்தது => போய்ச்சேர்ந்தது

செவ்வி => சரியான நேரம் / வாய்ப்பு

பெறுந்துணை => கிடைக்கும்வரை

மருங்கு => இடுப்பு

முன்றில் => முற்றம்

கடா யானை => மதம் பிடித்த யானை

மொய்ம்மலர்த்தார் => (வண்டுகள்) மொய்க்கும் மலர் மாலை

உழந்து => ஆசைப்பட்டு)

தெளிவான எழுத்தும் ஆழமான ஆய்வும் நிறைந்த நூல்களுக்காகத் தமிழ் வாசகர்களிடையில் நன்கு அறியப்பட்டுள்ள என்.சொக்கன் புனைவு, வாழ்க்கை வரலாறு, நிறுவன வரலாறு, தன்னம்பிக்கை, சிறுவர் இலக்கியம் உள்ளிட்ட துறைகளில் இதுவரை எழுபதுக்கும் மேற்பட்ட நூல்கள், நூற்றுக்கணக்கான கதைகள், கட்டுரைகளை எழுதியுள்ளார். விரிவான ஆய்வுகள், சான்றுகளின் அடிப்படையிலான ஆழமான வரலாற்று நூல்களைத் தமிழில் எழுத இயலும், அவற்றைப் பெரும்பான்மை வாசகர்களுக்குக் கொண்டுசேர்க்கவும் இயலும் என்பதைப் பலமுறை நிரூபித்த எழுத்து வகை இவருடையது.

தமிழ், ஆங்கிலம் ஆகிய இரு மொழிகளிலும் எழுதும் சொக்கனுடைய நூல்கள் ஹிந்தி, கன்னடம், மலையாளம் உள்ளிட்ட பல மொழிகளில் மொழிபெயர்ப்பாகியுள்ளன.

www.ingramcontent.com/pod-product-compliance
Lightning Source LLC
LaVergne TN
LVHW101418051026
849519LV00005BC/1798
* 9 7 8 9 3 4 8 4 3 9 6 2 8 *